शनिवार रविवार

सतीश आळेकर यांचे प्रकाशित साहित्य

नाटक

अतिरेकी
एक दिवस मठाकडे / ठकीशी संवाद
दुसरा सामना
पिढीजात / मिकी आणि मेमसाहेब
बेगम बर्वे
महानिर्वाण
महापूर
शनिवार रविवार

एकांकिका

झुलता पूल आणि इतर एकांकिका
आधारित एकांकिका

आठवणी

गगनिका

शनिवार रविवार

सतीश आळेकर

पॉप्युलर प्रकाशन, मुंबई

शनिवार रविवार
(म - १३४९)
पॉप्युलर प्रकाशन
ISBN 978-81-956688-0-9

SHANIWAR RAVIWAR
(Marathi : Play)
Satish Alekar

कृष्णा, २ रा मजला, पत्रकारनगर
पुणे ४११ ०१६
mikinalekar@hotmail.com
satish.alekar@gmail.com

पहिली आवृत्ती : १९८२
दुसरी आवृत्ती : २००३
पहिल्या दोन्ही आवृत्त्या नीलकंठ प्रकाशन, पुणे
तिसरी आवृत्ती : २०२२ / १९४४

मुखपृष्ठ : शेखर गोडबोले, राजू देशपांडे

मुद्रितशोधन : मिलिंद बोरकर, पुणे

प्रकाशक
हर्ष भटकळ
पॉप्युलर प्रकाशन प्रा. लि.
३०१, महालक्ष्मी चेंबर्स
२२, भुलाभाई देसाई रोड
मुंबई ४०० ०२६

अक्षरजुळणी
मुग्धा दांडेकर
थ्रीडी ग्राफिक्स, पुणे

'शनिवार रविवार' या नाटकाचा प्रथम प्रयोग थिएटर ॲकॅडमी, पुणे या संस्थेने ५ मे १९८२ रोजी रात्री ९।। वाजता दर्शन हॉल, चिंचवड या नाट्यगृहात केला.

दिग्दर्शन	सतीश आळेकर
निर्मिती प्रमुख	श्रीधर राजगुरू
नेपथ्य	दिलीप मंगळवेढेकर
ध्वनी	नंदू पोळ
	संजय केळकर
नेपथ्यनिर्मिती	रजनीकांत पांडे
प्रकाशयोजना	समर नखाते
	अनिल भागवत
सूत्रधार	सुनील कुलकर्णी
	मकरंद ब्रह्मे

भूमिका

ईश्वर	सतीश आळेकर
सुमन	शोभा पत्की
गंमत	चंद्रकांत काळे
बबी	माधुरी चुणेकर

अंक पहिला

प्रवेश पहिला

[पडदा उघडल्यावर अत्याधुनिक पद्धतीच्या फ्लॅटमधील बैठकीची खोली दिसते. एका बाजूला डायनिंग टेबल, वॉश बेसिन. दुसऱ्या बाजूला फर्निचर दिसते. सर्व काही कलात्मक पद्धतीने सजवलेले आहे. एका बाजूला बाहेर जाण्याचा रस्ता, तर बाजूलाच बेडरूमचा दरवाजा आणि स्वयंपाकघराकडे जाणारा मार्ग दिसतो. फोन पण आहेच. कॅसेटवर संगीत चालू. एक स्त्री, वय ३५च्या आसपास, एका दिवाणावर लोळत वाचत पडलेली दिसते. सायंकाळचे उदास, मरगळलेले वातावरण जाणवते. फ्लॅटची बेल वाजते, पण संगीत आणि एकाग्र वाचन यामुळे स्त्रीला बेल ऐकू येत नाही. परत बेल वाजते तरी ऐकू आल्याचे दिसत नाही. फ्लॅटचे दार उघडले जाते. स्त्री वाचनात मग्न. एक पुरुष आत येतो. वय ४०च्या अलीकडे-पलीकडे. दाराची किल्ली काढून खिशात ठेवतो. त्याच्या हातात ऑफिसची बॅग. तो समोर बघतो. स्त्री वाचत असताना दिसते. तो तसाच आत जातो. ऑफिसमधून दमून आलेला आहे. हा या बाईचा अर्थातच नवरा. आत जाऊन वॉश घेऊन आणि घरातले सैल कपडे घालून येतो. म्हणजे पायजमा किंवा लुंगी वगैरे. त्याच्या हातात ग्लास म्हणजे व्हिस्की! तो बघतो, तिचे वाचन आणि सुस्त लोळणे सुरूच! तो आता मात्र कॅसेट बंद करतो आणि बंद करता करता म्हणतो...]

तो : सुमनबाई, वाचून काही इतक्या वर्षांत दिवे लागले नाहीत; निदान दिवे लावून तरी वाचत जा!

[तो दिवे लावतो. ती लोळता लोळताच आळस देत म्हणते-]

ती : अरे! आलास तू ईश्वर? मला कळलंच नाही! (उठून समोर त्याच्या ग्लासकडे पाहात म्हणते–) वा! तुझं येणं आणि पिणं एकदमच सुरू झालेलं दिसतंय! बँकेतून निघताना पेग भरूनच येत जा!

ईश्वर : हॉ! सारखं आमचं पिणं काढा! जसा मी अगदी रस्त्यावर झिंगून पडतो रोज! दमून आलोय म्हणून पितोय आणि हे माझं पिणं फार जुनं आहे. कॉलेजपासूनचं. तू मात्र अलीकडे आलीस. अलीकडे म्हणजे, लग्नानंतर. मी आलो. बेल वाजवली. उत्तर नाही. परत बेल वाजवली. मग माझ्या किल्लीनं लॅच उघडलं, आत येऊन वॉश घेतला. आपण कुल्ले वर करून वाचनात मग्न! मग पिणं सुरू. म्हणजे येणं आणि पिणं एकदमच नाही, तर क्रमाक्रमानं!

सुमन : कसे असता रे तुम्ही? तू आल्यावर एक दिवस तुझ्याकडे लक्ष गेलं नाही, तर किती चिडतोस!

ईश्वर : चिडण्याचा प्रश्नच नाही! अगं, कोण चिडलंय? मी दमून आलोय आणि शांतपणे पितोय. मला एवढंच पाहिजे होतं की– आज माहेर, ललना, स्त्री, प्रपंच वाचलं की दादा चव्हाण ह्यांची कादंबरी पूर्ण केली? कसल्या कथा या! कुठलंही मासिक काढून बघ. (मासिक चाळतो.) ''अन्न वाढा हो माये... वसंत विहार ह्या पॉश सोसायटीमधून एका भिकारणीचा आवाज कापत गेला आणि 'स्प्रिंग व्हिला' या आपल्या प्रशस्त बंगल्यात झोपलेल्या अवंतिकाबाईंची दुपारची झोप चाळवली. मग झोप अशी लागलीच नाही. थोडा वेळ त्यांनी 'लाईफ'च्या ताज्या अंकात मन रमविण्याचा प्रयत्न केला. तोच त्यांना एकदम जोराची उलटी आली, म्हणून त्या आपल्या मार्बलच्या बाथरूममध्ये धावल्या. मग मात्र त्यांच्या विचारचक्राला पारावार उरला नाही आणि मनात आलेल्या 'त्या' विचारांनी त्या मनोमन ओशाळल्या.''

हे असं तरी असतं, नाही तर मग एकदम–

''मंदा अस्वस्थ होती. इतकी की, रमेशने तिला पॅरिसहून आणलेली नाइटीदेखील तिने सकाळपासून बदलली नव्हती. तिच्या मनात एकच विचार– रमेशने आपल्याला नाइटी आणली, हे त्याच्या बायकोला कळले तर नाही ना?''

(हसतो.)

मग काय सुमनबाई, कसा काय गेला आजचा दिवस?

सुमन : हा प्रश्न मला रोज विचारून तू का असा छळतोस? काय करणार मी दिवसभर घरात? मी काय नोकरी करते? मी आपली साधी गृहिणी. आला दिवस रेटते आणि तुझ्या पैशांनी आपल्या संसाराची दिवाळी साजरी करते.

ईश्वर : हं! आज जवळजवळ दहा-अकरा वर्षं झाली लग्न होऊन. मी बँकेत क्रमश: प्रमोशन मिळवतो. पैसे घरी आणतो. काहीच प्रॉब्लेम नाही. अगदी काहीही नाही. पण तू एक चांगली शिकलेली, बऱ्यापैकी डोक्याची बाई असताना तुला माझ्या पैशांवर जगणं का आवडतं? दिवसभर कुल्ले वर आणि वाचन चालू.

सुमन : माझं दिवसभर काय चालू असतं ह्याची तुला इतकी खात्री वाटते, तर मग दिवस कसा घालवला, हे कशाला विचारतोस?

ईश्वर : सवयीनं! सगळंच इतकं आखीव-रेखीव आणि वेल प्लॅन्ड आहे की, ह्या सगळ्याची सवय झालीय. चांगला फ्लॅट, चांगली नोकरी, बायको, टी. व्ही., फ्रीज, बँकेत प्रमोशन, घरी प्यायचं, फार फार तर बिझिनेस पार्टी! ह्या सगळ्यातून एक कंटाळा, कं-टा-ळा! भला मोठा कंटाळा येतो. मग बाकी राहते तू आणि मी. बँक आणि घर, पैसे आणि पैसे! बसा बोंबलत आयला... (पिणं चालू.)

सुमन : ते पैसे- जे तू मिळवतोस ना- ते पुरे आहेत की रे आपल्याला! काय करायचं मी नोकरी करून? म्हणजे मी तुझ्यासारखी हुशार नाही आणि बिनडोकपण नाही. मग असं तुझ्यावर अवलंबून असणं का आवडतं मला? हे घर... वाचन... माझा... माझा असा नेहमीच गोंधळ का उडतो ईश्वर?

ईश्वर : गोंधळ तुझ्या डोक्यात आणि त्याचं पृथ:करण आम्हीच करून सांगा? अगं, ह्या गोंधळाचा उलगडा ज्याचा त्याला झाला, की बरं! कारण उलगडा झाला की, त्याचा परिणाम सोसायची तयारी असावी लागते.

सुमन : मला समजत नाही. पण कंटाळा आला. काय करायचं माझ्यासारखीनं? नाही नोकरी कराविशी वाटत मला आणि एखाद्या आर्य पतिव्रतेप्रमाणे तुझ्या सुखात सुख नाही मला मानता येत. माझं काही तरी असलं पाहिजे, असं वाटतं. पण सगळंच नियमित,

सुरळीत. दहा वर्षांत साधी पाळीसुद्धा चुकली नाही माझी. ती तर मेली सदाचीच नियमित, दर महिन्याला सवतीसारखी येते टवळी...! [ती खाली मान घालते. तो थोपटतो.]

ईश्वर : आपण प्रयत्न तर...

सुमन : (एकदम) बसा, बसा – तुम्ही दोघं फतकल मारून बसा! भिकार–सावकार खेळा. कुणीही त्रास देणार नाही की, माझ्या माहेराहून कुणी पाखरू निरोप घेऊन येणार नाही! ह्या डॉक्टरकडे जा, पिशवी धुऊन घ्या. मग त्या चांगल्या डॉक्टरकडे जा, पिशवी ड्रायक्लीन करून घ्या. त्या पलीकडच्या डॉक्टरांकडे यजमानांना पाठवा. स्पर्म काऊंट करून घ्या. असं करून दमला म्हणजे कॉटवर पडा आणि दगडाच्या वरवंट्याला 'गोविंद घ्या' म्हणत थोपटा... हा... वरवंटासुद्धा नवऱ्याच्या पैशातून आणलेला आहे.

[सुमन रडवेली. ईश्वर उठतो. आत जाऊन ग्लास भरून आणतो. तो ग्लास तिच्यापुढे धरत हलकेच म्हणतो.]

ईश्वर : हं, घे! घे थोडी, म्हणजे बरं वाटेल. असं नाही करायचं. बी अ गुड गर्ल. चल, आपण एकदम रोमॅन्टिक होऊ या आणि आपल्या वांझपणाचं दुःख ह्या दारूत बुडवू या. (दोघे जण घुटके घेतात. काही वेळ शांतता.)

सुमन : आज कोणाचे फोन आले होते?

ईश्वर : कुठे?

सुमन : कुठे काय? बँकेत?

ईश्वर : कुणाचे नाहीत.

सुमन : खरं?

ईश्वर : खरंच सांगतोय. आज मला बँकेत कुणाचेही फोन आले नाहीत.

सुमन : तू..... तू मला फसवणार तर नाही ना? मी इतकी साधी, तू हुशार...

ईश्वर : काही तरीच काय बोलतेस?

सुमन : मग फोन कसे येतात?

ईश्वर : कुणाचे फोन येतात?

सुमन : तुला ते माहीत आहे.

ईश्वर : अगं, असं काय करतेस वेड्यासारखं? मला कामाचे फोन येतच असतात.

सुमन : मग हसतोस का असा- मिस्किलपणे?

ईश्वर : अगं, मूळचे आम्ही हसरेच!

सुमन : हो? घरात बोंब, बाहेरच्यांना हसरा. सांग ना-

ईश्वर : काय सांगू?

सुमन : फोन आला होता?

ईश्वर : अगं, काय सारखं फोन-फोन चाललंय तुझं?

सुमन : येतात तुला!

ईश्वर : (वैतागत) काय येतात?

सुमन : फोन.

ईश्वर : च्!

[ग्लास संपवतो. भरण्यासाठी उठणार इतक्यात फोन वाजतो. त्याची चलबिचल. तिची मुद्रा विजयी. ती म्हणते-]

सुमन : मी नाही उचलत फोन. घाबरू नकोस. ग्लास भरून ये, मग उत्तर दे.

ईश्वर : (फोन घेत) हॅलो... हं... हो... पण आता कशाला... तारीख... केव्हा?...हं! हो... हो... अच्छा!

(फोन ठेवतो, ग्लास भरून आणतो. तोपर्यंत शांतता.)

ईश्वर : फोन त्या....

सुमन : फोन कुणाचा आला, ते मी नाही विचारलं! मी एवढंच म्हटलं की, फोन येतात का? आणि तेवढ्यात आलाच रांडीचा.

ईश्वर : असं काय करतेस...

सुमन : मी कुठे, कसं आणि काय करतीय? करता-करविता तू बाबा. मी आपली यःकश्चित, तुझ्या पैशावर जगणारी एक बिनडोक पतिव्रता!

ईश्वर : हे बघ, हे असं टोकाचं बोलणं नकोय. भांडायला अजून अवकाश आहे. हा फक्त दुसरा पेग चाललाय. अजून मी झिंगलेलो नाहीये.

सुमन : कोण म्हणतंय, तू झिंगलास म्हणून? असं म्हणायलासुद्धा या घरात कुणी नाहीये. झिंगलीय मी! चढलीय मला आणि मीच भांडतेय. उद्योग नाही मला, वेळ जाणार कसा? हे असं भांडायला मात्र तुझे पैसे लागत नाहीत. इतकी वर्षं तुझ्या आईचा सासुरवास झाला (एकदम सासूची नक्कल करत बोलू लागते-)

''काय ही भांडतात गं बाई! लग्नापूर्वी नव्हतं बाई असं. ही भांडणाची

सवय तिकडची, बायकोकडून आलेली. लहान होता, बरं का. अंघोळीनंतर संध्या करायचा आणि मग पूजा. पूजेत टाक असतो आमचा खंडोबाचा. तांब्याचा टाक असा घासायचा... म्हणजे आधी थोडं दूध, मग चिंच चोळून-चोळून. खंडोबा आपला लख्ख! वाटायचं, खंडोबाचा टाक की भांग पाडायचा आरसा! पण हा खंडोबा मेला लग्नानंतर मानवला नाही. घरात पोरवडा सोडाच, पण कधी ह्या मेलीची पाळीसुद्धा चुकली नाही. कर्म रे देवाऽ खण्डेरायाऽऽ कर्म! भोग आमचे गेल्या जन्मीचे! सूनबाई, दुपारच्याला खायला काय केलंस गं? उप्पीटच कर उलीसं. चव नाही जिभेला...''

अशी बोलणारी बिनचवीच्या जिभेची माझी सासू मेली. तीही सुटली अन् मीही सुटले. पण सासूची जागा त्या तुम्हाला येणाऱ्या रांडीच्या फोननं घेतली.

ईश्वर : (हलकेच) ग्लास भरू तुझा?

[सुमन ग्लास संपवून त्याच्या हातात देते.]

सुमन : (एखाद्या वेटरला सांगावे तशा आविर्भावात) रिपीट प्लीज! (तो ग्लास आणून देतो. सुमन त्याचा हात ग्लासासकट पकडते. ग्लास हिंदकळतो.)

ईश्वर : अगं, हे काय हे.....

सुमन : सांग आता, कुणाचा होता फोन?

ईश्वर : अगं! अस्सं काय हे... सांडेल ना?

सुमन : सांडू देत. कुणाचा होता?

ईश्वर : होता असाच. सोड ना-

सुमन : मैत्रिणीचा?

ईश्वर : हो!

सुमन : कुठली मैत्रीण?

ईश्वर : (भडकून) आयलाऽ सोड ना?

(सोडवून घेतो. दारूचा थोडा अंमल जाणवतो.)

भिक्कारचोट आयला! कडकड, भुणभुण सारखी! हे बघ, दमून आलोय. जरा पिऊ देत की शांतपणे. का भडकावते उगाच? तुला काय वाटलं, तुझा नवरा रंडीबाज आहे? आयलाऽ आम्ही बँकेत दिवसभर काचेच्या सी थ्रू केबिनमध्ये बसतो. बँकेत कुणालाही

विचार, ईश्वर कसा आहे? माझ्यासारखा प्रेमळ, प्रामाणिक आणि एकनिष्ठ नवरा मिळायला भाग्य लागतं पोरी. आपला चेक एकदम खरा आहे. केव्हाही वटवावा!

सुमन : माझ्या प्रश्नाचं हे उत्तर नाही. फोन कुणाचा...?

ईश्वर : (भडकून) अगं, फोन होता तुझ्या सवतीचा! ज्जाऽ जे करायचं ते करून घे, जा! जा, गावभर बोंबलत सांग- माझ्या नवऱ्यानं सवत आणली म्हणावं. होऊन जाऊ दे आयला... ए... भांड! अगं, भांड नाऽ पतिव्रते! बोल की थोबाड उचकटून!

सुमन : मी काय बोलणार डिअर? दोन घेतले की झोप येते मला. काय बोलणार मी? तुझ्या पैशावर जगणारी मी एक अबला!

ईश्वर : अबलेऽ एऽ अबले, इकडे ये!

सुमन : कशाला?

ईश्वर : अगं, ये म्हणतो तर! बरं! आयला, आम्ही येतो. गरजवंताला अक्कल नसते. अबले, बसा! या, इथं बसा. (ती हलत नाही) तुम्ही तशा ऐकणार नाही. (तो जवळ जातो आणि एकदम गुद्गुल्या करायला लागतो. गालगुच्चे घेतो) अगं, जीग् जीग् जीग्... (ती हसून बेजार. हातातला ग्लास हिंदकळतो.)

सुमन : अरेऽ नक्कोऽ ना! पुरे आता. ग्लास सांडेल... अरे, माझं पातळ....

ईश्वर : (विजयी मुद्रेने) दे मला!

सुमन : काय दे?

ईश्वर : ते!

सुमन : अरे, ते काय?

ईश्वर : माझी सवय तुला चांगली माहितीची आहे. आपलं लग्नं झालंय आणि ते मला मिळालंच पाहिजे.

सुमन : तुझ्या सवयी जरा बदलायला शिक! काय ते लहान मुलासारखं काही तरी मागतोस.

ईश्वर : दे ना!

सुमन : (गळ्यातील मंगळसूत्र काढून त्याला देत) घ्या! तोडू नकोस. (तो मंगळसूत्र बोटाभोवती गरागरा फिरवू लागतो.)
बसा फिरवत. काय मिळतं त्यातून, कुणास ठाऊक!

ईश्वर : समाधान! सारखं तू माझ्या भोवती पिंगा घालत असल्यासारखं

वाटतं!

सुमन : हॅः! मी बरी पिंगा घालीन! मी आहे म्हणून फिरवत तरी बसलायस. मी गेल्यावर काय करशील? गळ्यात घालून फिरशील?

ईश्वर : थोबाड फोडीनऽ वाटेल ते बोलशील तर! आयला! भेजा खल्लास है तेरा... वाटेल ते बोलती... ही पतिव्रता वाटेल ते बोलती... चला, फोन आला वाटतं...

सुमन : कुठे फोन वाजलाय?

ईश्वर : म्हणजे मला भास झाला?

सुमन : कुणाचे फोन येतात तुला? काय विचारते आहे मी? (त्याला हलवत) अरे, आता प्यायल्यावर तरी खरं बोल की शुंभा!

ईश्वर : (हसतो.) प्यायल्यावर माणूस खरं बोलतो? की, प्यायल्यावर माणूस जे बोलतो, त्याला खरं बोलणं म्हणतात? पण खरं बोलतो, ऐक. तुझ्या मनात सारखी भीती की, दहा वर्षं संसार केलेल्या माझ्या नवऱ्यानं बाई तर ठेवली नाही? आणि माझ्या मनात एकच भीती की, आयला- आपण खरंच तर काही भानगड केली नाही?

सुमन : खरं बोललास, पण अर्धंच! माझ्या मनातली भीती तुझ्या पुरुषी मनानं बरोबर अंदाजली. पण स्वतःच्या बाबतीतला अंदाज चुकला. खरं काय ते सांगू?

ईश्वर : अगं, सांग- सांग, आपण कुणाच्या बापाला घाबरत नाही.

सुमन : तुझ्या मनात भीती एकच....
(घुटका घेते.)
तुला सारखं वाटतंय, आपलं हिला कळलं तर नाही? तिची आणि माझी गाठ तर पडली नाही? नाही तर ह्या दोघी निघायच्या मैत्रिणी आणि मधल्या मधे आपली गोची व्हायची!
(तो काहीही बोलत नाही.)

सुमन : का रे, गप्प झालास? बोल की आता. करताना काही वाटत नाही, आता भीती! ही काय म्हणेल, ती काय म्हणेल, बँकेत कारकून काय म्हणतील, शिपाई काय म्हणेल, प्रमोशनवर परिणाम झाला तर? चोरून-चोरून सगळं! शीः!

ईश्वर : अगं, कर नाही त्याला डर कशाची?

सुमन : असं तिनं सांगितलं वाटतं?

ईश्वर : काय सांगितलं तिनं?

सुमन : (हसत) किती चटकन् फसतोस रे! मी विचारलं तुला की, तिनं सांगितलं का म्हणून? तशी तू म्हणलास की, काय? म्हणजे ती आहे सटवी! लपलीय कुठे तरी!

[काही वेळ शांतता. मग ईश्वर कुणी तरी दिसल्यासारखा एकदम ताड्कन उठतो. पाठीमागच्या गॅलरीवर टांगलेल्या मोठ्या पडद्याच्या बाजूला जातो.]

ईश्वर : (पडद्यामागे कुणी तरी लपलंय अशा आविर्भावात बोलू लागतो.) हंऽ या आता बाहेर. लाजू नको, ये ना! किती वेळ पडद्यात उभी राहणार? ये, ती काही म्हणणार नाही. सांगितलंय मी सगळं तिला. समजूतदार आहे. अगं, आपण लग्नं झालेली मोठी माणसं! अगं, ये ना! इतका वेळ आडून नवरा-बायकोचे संवाद ऐकायला मजा आली असेल, नाही? कधी येऊन पडद्याआड लपलीस, कळलंसुद्धा नाही. मघाशी वारा आला नि पडदा हलला तेव्हा दिसलीस. प्रथम मी गांगरलो. पण म्हटलं, खऱ्याला का घाबरायचं? जाताना आधी दिलेली फ्लॅटची स्पेअर चावी मात्र देऊन जा. काय घेणार तू? हे बघ, माना डोलवू नकोस. ही अशी मुक्याची भाषा मला नाही कळत. हो का नाही- स्पष्टपणे सांग. राईट! जीनच आणतो. (तो आत जातो.)

[सुमनला प्रथम खोटे वाटते, पण नंतर शंका येते. ईश्वर आत गेलाय तेव्हा पट्कन पडद्यात बघावे, असा विचार करून सुमन पडद्याजवळ जाते. तोच तिला ईश्वरची चाहूल लागते. म्हणून ती पडद्यात लपून बसते. ईश्वर येतो. मघाशी जिथे सुमन उभी होती, तिकडे पाठ करून येतो. त्याची समजूत- सुमन अजून मघाच्या जागीच उभी आहे.]

ईश्वर : (पडद्याच्या दिशेने ग्लास पुढे धरत)
घे, मघापासून उभी आहेस!

[पडद्यातून सुमनचा हात बाहेर येतो. सुमन ग्लास घेते. ईश्वरला प्रथम हा प्रकार कळत नाही. तो चक्रावतो. पडदा बाजूला करतो. सुमन हसत बाहेर येते. दोघेही हसतात. मग शांतता. ईश्वर सिगारेट पेटवतो.]

सुमन : काय केलंस आज दिवसभर?

ईश्वर : काय करणार? बँकेची कामं. प्रपोजल्स, कर्ज, क्लायंट्स, वादविवाद, रुटीन स्टाफ. विशेष काही नाही. काय विशेष असणार? बघ, चौदा वर्षं नोकरी झालीय माझी. ठराविक वर्षांनी प्रमोशन घेत रिटायर्ड व्हायचं. मग एखाद्या खासगी कंपनीत अकाउंट्स बघायचे. वाटेत कधी तरी डायबेटीस, नाही तर हार्टअॅटॅक भेटतोच. मग हॉस्पिटल आणि सरतेशेवटी ह्या ओनरशिप फ्लॅटच्या श्रमसाफल्यामध्ये ह्या भिंतीवर अंडाकृती फोटो लावून त्याला कुणी तरी हार घालेल, ह्या आशेनं... पण आपल्या फोटोला कोण हार घालणार? माझ्या फोटोला तू आणि तुझ्या फोटोला मी!

[काही क्षण शांतता.]

सुमन : पण विशेष नाही कसं? काही ठराविक क्लायंट्स आलेच असतील की, विशेष मर्जीतले...

ईश्वर : कोण सांगतं तुला हे? मी पुन: पुन्हा सांगतोय, तसं काही नाही म्हणून. तुझ्या–माझ्यामध्ये कुणीही बाई, विधवा किंवा परित्यक्ता नाही. तुझ्या–माझ्यामध्ये फक्त संशयाची पाल आहे. भिक्कारचोटऽ आयला! हे बघ, आपलं डोकं फिरवू नकोस. कडकड रेऽ कडकड! तिच्यायलाऽ सारखी कडकड! आम्ही बँकेत दिवसभर घासतोय आणि तुमचे आपले हे–हे वर आणि वाचन चालू. आपल्याला हे अजिबात पसंत नाही. प्यारे, आपण तुला एकदा पसंत केलीय; आता अंतर देणार नाही. सालं, एकाच चितेवर जळू! आई शपथ सांगतो, चेष्टा नाही. कुणालाही विचार. आपण एकाच चितेवर केव्हाही जळायला तयार आहोत... आयलाऽ केव्हाही म्हणजे... मेल्यावर केव्हाही. आम्ही बँकेत घासतोय आणि तुमचं आपलं 'हे' वर आणि वाचन चालू... अगं, जरा फोन घे!

सुमन : फोन वगैरे वाजत नाहीये. तुला चढलीय.

ईश्वर : खोटं बोलती. दिवसभर वाचणारी बाई खोटं बोलती.

सुमन : खोटं नाही रे, तुला भास झाला. नाही तर बेल वाजली असेल दाराची.

ईश्वर : मग चला, दाराकडे चला!

[दोघे दाराजवळ जातात. सुमन दार उघडते. कुणी आत येत नाही.]

या... आयलाऽ कुणीच नाही! म्हणजे तुलापण चढलीय. फोन

नाही, बेल पण नाही. शनिवार रात्र. बसा बोंबलत! ईश्वर आणि सुमन. मूल तर सोडाच, साधा कोणी पाहुणादेखील नाही. पाहुणेच नाहीत, तर पाहुण्यांना पुणं दाखवणार कसं? हा बघा शनवारवाडा, ही पर्वती, ही सारसबाग, हा पेशवे पार्क... हात धरून चला. गडबड करू नका. हा बघा पेशवेपार्कचा रिकामा पिंजरा. हे जक्कलचे तळे, हत्ती आजारी... आयलाऽ आमचे पिंजरे रिकामेच! कोणी नाही. ईश्वर आणि सुमन – बसा गुरगुरत. बेल वाजली म्हणालीस, कोण यायचं होतं?

सुमन : कुठून?

ईश्वर : कुठून काय? दारातून.

सुमन : कुणी नाही रे. मला वाटलं, बेल वाजली दाराची. भास झाला.

ईश्वर : अगं, वा गं वा! असा बरा भास होतो? कोण यायचं होतं, सांग. लपवू नकोस.

सुमन : काही तरी काय बोलतोस? कोण येणार इतक्या रात्री?

ईश्वर : दिवसभर मी बँकेत गेल्यावर तू घरी काय करतेस?

सुमन : वाचत असते. तू जसं वर्णन करतोस तशी. आणि फार झालं आता. पुरे पिणं! काहीही बोलायचं म्हणजे काय?

ईश्वर : खोटं बोलती. बिन पोराची बाई खोटं बोलती. आयला! आमच्या नशिबातच नाही. एकच गं, एकच! गोरं-गोरं. काळे-काळे डोळे. अंगाला वेखंडाचा वास आणि बापाच्या तोंडात चोरलेला डिंकाचा लाडू. (एकदम लहान मुलाला खेळवत असल्यासारखे करीत ईश्वर म्हणतो) अले अलेऽ अले अलेऽ अले अले... कुणी माललं? आईकडे जायचं... ही... ही... आई नाहीच मुळी. मी बाबा पण नाही. सगळे प्रयत्न संपले. देशात दर मिनिटाला पंधरा हजार मुलं जन्माला येतात, पण आमच्याकडे बोंब! जमीन नापीक.

[सुमनच्या डोळ्यांत पाणी. हुंदका आवरत नाही.]

रडा! आयला, मरा! जन्मभर रडा. रडायला काय झालं? रडून पोरं होत नाहीत. आपला प्रॉब्लेम फार साधा आहे. सुमन, दहा-अकरा वर्षं संसार करून आपल्याला मूल नाही. व्हायची शक्यता नाही. मी रडतोय का? अगं... मोठ्या मनानं सहन करायचं आणि प्यायचं! जगात प्रत्येक जोडप्याला मूल होत नसतं. नाही तर आपण

एक दत्तक घेऊ, मस्त गुंड!

सुमन : हे मला समजत रेऽ पण रडायला येतंय, त्याला काय करू? मला माझं पाहिजे काही तरी... माझ्या रक्ताचं पाहिजे. नाही नोकरी कराविशी वाटत मला. तूसुद्धा कधी कधी परका वाटतोस... गोंधळ उडतो माझा... मला एकच पाहिजे, माझ्या पोटातलं पाहिजे!

[सुमन मोकळेपणाने मुसमुसत यथेच्छ रडते. तो तिला थोपटतो. रडणे आवरते. शांतता. फोन वाजतो. दोघे जण चमकून एकमेकांकडे बघतात. दोघांच्या नजरेत परस्परांविषयीचा अविश्वास. तो फोन घेण्याची हालचाल करणार, इतक्यात सुमन फोन उचलते. ईश्वरकडे बघते. तो टेन्स. सुमन फोनवर...]

सुमन : हॅलोऽ हं... नाही, नाही. इट्स ऑल राईट. काय नाव तुमचं? छान आहे. म्हटलं, नेहमी येतात फोन, एकदा नाव विचारावं. आहेत ना! झोपलेत. उठवू? फार ऐकलंय तुमच्याबद्दल... घरी या ना. सारखे तुमची आठवण काढत असतात...

मी? नाही बाई... ग्लासेस आवरतीय. नाही... आम्हाला नाही अजून... पण होईल हो, तुम्हाला होईल. पहिला मुलगाच हवा. आपलं स्वत:चं हवंच, नाही का...? सॉरी! राँग नंबर!

[दोघे एकमेकांकडे बघतात. हसतात. खूप आणि मोकळे हसतात.]

ईश्वर : राँग नंबर होता ना...? (हसतो.)

सुमन : जेवायचं?

ईश्वर : हं! (ग्लास संपवत) चला सुमनबाई, जेवायला चला. ईश्वरास पुजिले सुमनाने... ईश्वरास पुजिले सुमनाने...

[दोघे जेवायची तयारी डायनिंग टेबलावर करू लागतात. बेल वाजते. खरी आणि जोरात. ईश्वर दार उघडायला जात म्हणतो–]

ईश्वर : मी बघतो, तू जेवायला वाढ!

(दार उघडतो. प्रथम कोणी दिसत नाही.) कोण पाहिजे?

(उत्तर येत नाही) कोण पाहिजे आपल्याला? या, आत या!

[दारातून एक त्याच्याच वयाचा इसम प्रवेश करतो. हा बावळट, किडकिडीत आणि अजागळ आहे. काही तरी सांगण्यासाठी त्याचे ओठ थरथरत असतात. बरोबर एक मोठी पिशवी. त्यात खूप सामान.]

ईश्वर : कोणी पाहिजे तुम्हाला? (ईश्वरला तो बहिरा आहे असे वाटून तो मोठ्याने विचारतो) आयलाऽ बोला राव, असे रागावू नका. रस्ता चुकला का? बरीच रात्र झालीय. एकटे कुठ निघालात? मुके आहात का? आयला, हे बोलतच नाहीत! सुमनऽऽ एऽ सुमन...
[सुमन डायनिंग टेबलवर तयारी करता-करता]

सुमन : काय रे?

ईश्वर : हे बघ-
['कोण ते?' अशा खुणा करते.]
खुणा करू नकोस. हे आलेत, पण बोलता नाही येत. बोला राव, काय मनात आहे ते स्पष्टपणे सांगून टाका.

इसम : मम्...मम्...मम्...

सुमन : ते बोलतायत, ते बोलतायत.
[ती दोघे त्याच्याकडे आशेने बघतात.]

इसम : मी...मी...मी...तो...तो...तो...
[ईश्वर प्यायलाय. त्याला हसू आवरत नाही.]

ईश्वर : आयला! ते तोतरे आहेत.

सुमन : (हलकेच) अरे, काय गप्पा मारतोस त्यांच्याशी? कटव त्यांना आणि चल जेवायला.

ईश्वर : चला, चला जेवायला.

इसम : च... च... चला.

सुमन : (ईश्वरला बाजूला घेत) अरे, काय? कोणाला जेवायला बोलवतोस? एवढी प्यायची कशाला? त्याला कटव आणि ये.

ईश्वर : अहो, चला काय? कुठे चला? वा! मला आधी सांगा, कोण तुम्ही? इतक्या रात्री इथं कुठं?

इसम : म... म... माझं नाव... गं... गं...

ईश्वर : गंमत... तुमचं नाव गंमत. पुढे बोला, कारण सांगायला वेळ लागतो काय?

गंमत : ही... ही... ही... सुमन...

ईश्वर : पुढे बोला, असे थांबू नका गंमतराव.

गंमत : सु... सुमन... म... माझी मैत्रीण. व... व... वर्गात... होती.

ईश्वर : आयला! कमाल आहे गंमतराव! ही सुमन तुमची वर्गमैत्रीण? मग

तुम्हाला ओळखलं कसं नाही? की, मॉन्टेसरीत होता बरोबर?

गंमत : न... न... नाही. कॉलेजमध्ये... ती... तिच्या ल... लक्षात... न... नसणारच. ती... ती... फार बिझी असते.

ईश्वर : म्हणजे, हे तुमचं कॉलेजमधलं दिसतंय! आयला! पण तुम्ही या वेळेला कसे?

गंमत : स... सकाळी बाहेर प... पडलो. प – प... प – पत्ता... विचारत... वि.. विचारत... या... या... यायला... रात्र झाली...

ईश्वर : म्हणजे सकाळी पत्ता विचारायला सुरुवात केली, दुपारी पत्ता सांगून पूर्ण झाला आणि आयलाऽ आत्ता सापडला! साधारणपणे एखादी गोष्ट करायची झाली की, ती किती आधी ठरवावी लागते? म्हणजे असं की, सकाळी पत्ता विचारला की रात्री सापडतो! इथे यायचं किती दिवस आधी ठरवलं?

गंमत : ब... बारा वर्षं!

ईश्वर : बारा वर्षं? एक तप! कशासाठी?

गंमत : सगळीच... ग... ग... गंमत. सु... सुमन आणि मी... कॉलेजात.... ए... एकाच वर्गात....

ईश्वर : म्हणजे सुमनला भेटण्यासाठी तुम्ही बारा वर्षं तळमळत होतात? नाहीऽ नाही गंमतराव, तुम्ही राहाच इथं! नाही तरी आमच्याकडे कोण पाहुणा येणार? माझा फोन आला की, बोंबलते काय? आता बघून घेतो. गंमतराव, तुम्ही राहाच इथे! चला गंमतराव, जेवायला चला. सुमन आणि गंमत... गमतीची सुमन आणि सुमनची गंमत. ईश्वरास पुजिले सुमनाने... ईश्वरास पुजिले सुमनाने... ईश्वरास पुजिले सुमनाने.

[असे गुणगुणत दोघे जेवायला जाऊ लागतात.]

[अंधार.]

अंक पहिला

प्रवेश दुसरा

[वेळ : रविवार सकाळ. स्थळ तेच. सर्व काही जागच्या जागी. गंमतराव सकाळी लवकर वगैरे उठून अंघोळ करून बसलेले आहेत. आधी तोतरे, त्यात संस्कृत श्लोक म्हणण्याचा प्रयत्न करीत असतात. सुमन येते. चहाचा कप समोर आदळते.]

सुमन : हंऽ घ्या.

गंमत : थ... थ... थ... (त्यांना थँक्स म्हणायचे आहे, पण प्रयत्न सोडून देतात.)

सुमन : मला सांगा, कोण तुम्ही? का आलात आमच्याकडे?

गंमत : य... य... य... य... यजमान?

सुमन : ते घोरतायत अजून. रविवार आहे. उतरायला वेळ लागेल.

गंमत : उतरायला म्हण... म्हणजे ते... व... व... वरती झो... झोपलेत?

सुमन : अहो, वरती कसे झोपतील? फ्लॅटला वरचा मजला असतो का? कालची दारू अजून उतरली नाही त्यांची!

गंमत : गं... गंमतच आहे! म्ह... म्हणजे तुमची उतरली आणि... त्यांची... (मानेने नाही म्हणतो) म्हणजे...

सुमन : थोडक्यात, पण महत्त्वाचं सांगा.

गंमत : सु... सु... सुमन, आठवतं का?

सुमन : अहो, नाही आठवत, म्हणून तर विचारतीय! कधी होतात कॉलेजमध्ये माझ्याबरोबर? सांगता की, लिहून देता पट्कन?

गंमत : ल... ल... लिहून नको... हात थरथरतो. बो... बोलण्यापेक्षा जास्त वेळ लागतो.

सुमन : अगोबाईऽऽ! मग सांगाच–

गंमत : सु... सुमन... आठव, आठव... फ... फ... फर्ग्युसन कॉलेजमधले ते दिवस... ए... ए... एक दिवस वर्गात मी... मी उशिरा आलो. बाकं सगळी भरलेली. ए... एकच जागा होती. तू... तुझ्या शेजारी... तू... तू... गजरा (त्याला 'माळला होतास' असे म्हणायचे आहे) हं. म... मग शेजारी बसलो तुझ्या. दो... दोघांच्यामध्ये... फक्त चा... चार वह्या होत्या ठेवलेल्या. त्यावर पर्स आ... आणि रु... रुमाल लेडीज. तास संपला. म... मला वाटलं... वह्या माझ्या आहेत.... तु... तुला वाटलं, तुझ्या आहेत. म्ह... म्हणून तास सं... संपल्यावर वह्या घ्यायला.... दो... दोघांचे हात... तू... तू... चमकून म... माझ्याकडे बघितलंस.. प... पर्स... आणि रु... रुमाल लेडीज... घेऊन गेलीस. व... वह्या तशाच राहिल्या... सगळी धांदल... गडबड. ल... लबाड... त्या वह्या तशाच राहिल्या....

सुमन : (थक्क) अहो, हे असं मला काही आठवत नाही हो! माझ्या होत्या वह्या म्हणता, तर इतके दिवस का नाही परत केल्यात?

गंमत : ...त्या... त्यावर नाव नव्हतं... वह्या नव्या कोऱ्या होत्या. गे... गेली दहा-बारा वर्षं वह्या आ...ज देईन, उद्या देईन... करत करत आ... आज योग आला शेवटी... (पिशवीतून वह्या काढतो.)

सुमन : पण इतकी वर्षं थांबलात कशाला?

गंमत : वेळ... झ... झाला नाही. स... समजा झाला... आणि तुम्ही दिसलात की... हा... हाका मारेपर्यंत तू... तुम्ही गुल! म... मला हाका म... मारायला वेळ लागतो... सगळीच गंमत... अशी शिवाशिवी चालू. अ... आज योग आला. ह्या... व... वह्या... न... नवीन आहेत. जशाच्या तशा फ... फक्त त्यावर....

सुमन : चहा घ्या, गार होतोय.

गंमत : वा... वा... किती... आपुलकी... चहा घ्या... गार होतोय... कि.... किती आर्जव आहे तुझ्या स्वरात... सु... सुमन.

सुमन : (गोंधळलेली) पण असं कसं? वह्या... मला खरोखरीच आठवत नाही हो!

गंमत : अ... असं कसं? व... वह्या असलेल्यांना वाटतंच की व... वह्या त्यांच्या नाहीतच. म्ह... म्हणून... प... पण असतात त्यांच्याच.

काय? घ्या... वह्या घ्या ना!

सुमन : अहो, पण ह्या वह्या माझ्या नाहीत.

गंमत : वा... वा! न... नाही म्हणून कसं भागेल...? गेली अकरा वर्षं... वह्या सापडल्या... त्याच दिवशी तार आली.

सुमन : कसली तार?

गंमत : तारा कसल्या... अ... असतात? आ... आजारी... ल... लगेच निघा.

सुमन : कोण होतं आजारी?

गंमत : व... वडील...

सुमन : म्हणजे तुम्ही...

गंमत : होस्टेल... वर.. राहायचो. तार... आ.. आ... आली तशी... गेलो.

सुमन : कुठे गेलात?

गंमत : क... कुठे काय? घरी आ... आम्ही मूळचे क... क... कोकणातले. स.... सावंतवाडी.

सुमन : सावंतवाडीचे?

गंमत : त... तिथून फ... फाटा जातो. म्ह... म्हणजे आम्ही... ड... डफोलीचे.... म्ह... म्हणजे खालची डफोली... व... वरची न... नाही... ती... ती.... वेंगुर्ल्याजवळची... तर वडील गेलेले.. म्हटलं... आता बाबा नाहीत... ह्या वह्या तेवढ्या आ... आपल्या... त्या....पोचविल्या पाहिजेत.

सुमन : काय सारखं वह्या-वह्या? आणि इतके दिवस करत काय होतात?

गंमत : काय... क... करणार? क... काही सुचतच नव्हतं... आता... आता ह्याच्या पुढे काही तरी करणार... वडील गेले...

सुमन : गेली अकरा वर्षं तुम्ही ह्या वह्या घेऊन फिरताय....

गंमत : च... चूक... मी वह्या घे... घेऊन फिरत नाही. ह्या... व... वह्याच मला घेऊन ओ... ओढत असतात! म... माझ्याकडून कविता लिहून घेतात. प... पानं भरली जातात. पुन्हा म... मी आपला रिकामा म्हणजे... म्हणतोच आ... आता...

भाव दिठीच्या फुलात माझ्या
एक पाकोळी गरगरते

लक्ष चांदणे असते गगनी
नजर माझी का भिरभिरते?
क्षणात झाकोळले हे गगन
आषाढाची संतत धार...

सुमन : अय्या! कविता करता? पुढे काय?

गंमत : कुठे... क... काय?

सुमन : आषाढाची संतत धार. पुढे?

गंमत : पु... पुढे काही नाही.

सुमन : काही नाही म्हणजे?

गंमत : आ...षाढाची धार अ... अजून थांबलेली नाही. ती केव्हा थांबणार हे... आ... आपण कोण सांगणार... म्हणून ही क... कविता... बरेच दिवस इथेच अ... अडकली होती. शे... शेवटी धार थांबली... माझ्या प्रतिभेने ती थांबवली... म्हणजे काव्यप्रतिभेने... आणि मग ती पुरी झाली म्हणजे...

क्षणात झाकोळले हे गगन
आषाढाची संतत धार
मनात दडली आहे माझ्या
प्रतिभेची ही अनाम घार!

सुमन : घार?

गंमत : घ... घार... म्हणजे घार हिंडे आकाशी, चित्त तिचे पिलांपाशी... ती... ती... ती घार. म्हणजे प्रतिभेची नजर... घारीसारखी... असते तीक्ष्ण... केव्हा काय दिसेल क... कसं सांगणार? म्हणून मग... कवितेचं न... नाव दिलं, 'माझ्या अनाम घारेस'.

सुमन : तुम्ही फक्त कविता करता?

गंमत : हो... दुसरी म्हणू... पहिली आ... आवडली अ... असणारच! स... सापडलेल्या वहीची क... कविता काय? क... कुठली वही?
कसली वही?
कुठे वही?
मला हवीय एक मोठी वही
अवघड हिशोबासाठी
एका बाकावर बसली दोन माणसे

त्यांच्यामध्ये वह्या किती?
सापडली वही?
अशी ही आणली नुसतीच एकटी
कसनुशी
वही...

सुमन : कोणत्या वर्षी होता तुम्ही कॉलेजमध्ये?

गंमत : को... कोणत्या म्हणून काय विचारतेस? तू ज्या वर्षात होतीस, त्याच वर्षी. वडील गेले. आ... आई स्वयंपाक करते कुठे कुठे. मी... असा कलंदर... कवी. त्यात ह्या... वह्या. इतक्या वर्षांनी भेटती आहेस. च... च... चावट आहेस अगदी!

सुमन : चावटपणा काय त्यात?

गंमत : व... वर मला विचारतेस कुठल्या वर्षी हो... होतास कॉलेजात? जणू सत्त्वपरीक्षाच माझी... पण मी उतरेन... काय वाट्टेल ते विचार. स... सांगायची तयारी आहे... म... माझी.

सुमन : मी साधाच प्रश्न विचारला. तुमची ओळख पटत नाहीये मला.

गंमत : वा... वा गं वा! बरीच आहेस की गं तू! को... कोणत्या वर्षी, सांगू?.. फर्ग्युसन कॉलेजमधून... हं... एक कॅनॉल वाहतो. त्या... कॅनॉलच्या पाण्यात डास होऊ नयेत म्हणून आ... आपण ज्या वर्षी विद्यार्थ्यांनी औषध मारलं ना, त्या वर्षी होतो आ... आपण कॉलेजमध्ये.

सुमन : (आठवून) काय सांगतोयस काय? त्या वर्षी होतास तू गंमत?
(गंमत सुमनची एकेरी हाक ऐकून रोमांचित होतो.)

गंमत : वा! गंमत! (भानावर येत) त... तर सांगतोय काय मग! सगळे वि... विद्यार्थी दोन दि... दिवस श्र... श्र... श्रमदान करून डासांवर औ... औषध मारत होते. बादलीत पं... पंप माझ्याकडे... न... नळीचा फ... फवारा तुझ्या हाती... तू... फवारा म... माझा पंप... चाललेत.... ऐटीत. औषध न... नाकात जाऊ नये म्ह...म्हणून तू... तू... रुमाल बांधला होतास नाकावर, लेडीज अं...! हं...ते... तेच वर्षं.
वाटतं... ते दिवस परत या... यावेत... परत फ... फर्ग्युसनच्या कॅनॉलमधून वाहावे पाणी आणि तसेच पंप मारीत मारीत कॅनॉलच्या

कडेने... ख... खडकवासल्यापर्यंत जावे. खडकवासल्याच्या ज.... जलाशयात य... यथेच्छ डुंबावे... पुन्हा कॅनॉल... मधून... वाहत वाहत फर्ग्युसनमध्ये परत. ये... येतील का ते दिवस परत? म्हणतो...

हा गाव नको हा काठ नदीचा आज
हा पंप नको करी डंख प्रेम हिवताप
हा विषय गडे वेगळा यावरी औषध तू मज पाज
सखे सरले औषध विस्मय आज पळून गेले डास...

असं लिहिलेलं आहे... स... सगळं त्या वह्यांत आहे... की नाही! अंऽ त्या काळातलं सगळं... ह्या क... कवितेचे नाव आहे, हिवतापाची कविता.

[सुमन प्रथम थक्क. मग गोंधळलेली असते. हळूहळू हा प्रकार तिला इंटरेस्टिंग वाटतो. मग ती त्यात गुंतत जाते.]

सुमन : दोन दिवस कॅनॉलमध्ये फवारे मारून-मारून हात अगदी दुखून आले माझे.

गंमत : आईऽ आई गंऽ! दुखणारच. कॅनॉल म...मोठाच आहे.

सुमन : ते जिऑग्राफीचे देशपांडे... त्यांना दमा, त्यात औषध नाकात जाऊन चांगले महिनाभर आजारी पडले होते. सारखे शिंकत होते.

गंमत : एरवीसुद्धा किती शिंकायचे गं! त्यात औषधाचा फ... फवारा म्ह... म्हणजे प... पाद्र्याला पावट्याचं... निमित्त!

सुमन : म्हणायचे, टेकडीवरचा वास बाधतो म्हणून. पण दमा आहे, असं काही म्हणायचे नाहीत. खिशात कायम पुरोहित श्वासाहारी.

गंमत : व्ह... व्ह... व्हरायटीला अगदी... ध... धमाल उडवून दिली हो... होतीस.

सुमन : व्हरायटीला?

गंमत : वि... विविध गुणदर्शन! अंऽ आ... आठव... आ... आठव... ते... ते... बबी टांगसाळेचं.

सुमन : (आश्चर्याने) अय्याऽ! म्हणजे बबीच्या वेळेस तू होतास? बबी माझी चांगली मैत्रीण! पण नंबर एकची भोचक. पण नाचायची सुरेख. बेबीताईच्या क्लासला जायची. क्लासला गेली वर की, खालच्या हॉटेलात गर्दी जमायची पोरांची – तिला बघायला. सुरेख फॉर्म होता टवळीचा. स्कूटरवरून भन्नाट जायची.

गंमत : सु... सु... सुमन... ता... ताकाला जाऊन भांडं.. डं... कशाला

ल... लपवायचं?

सुमन : काय म्हणतोस तू बाबा? काही पट्कन कधी बोलत नाहीस. कायम विस्तारानं बोलायचं.

गंमत : ब... बबी टांगसाळे नाचायची सुरेख... हे... हे... अ... अर्धसत्य झालं.

सुमन : कोडी नको घालूस. सांग काय ते लवकर, म्हणजे शक्यतो लवकर.

गंमत : ब... बी बरोबर तू... तू पण जायचीस ना... नाचाच्या क्लासला ... बेबीताईच्या.

सुमन : तुला कसं कळलं?

गंमत : न... न... न कळायला काय झालं? कोंबडं किती झाकून ठेवलं... तरी... हं! आहे की नाही, अं?

सुमन : कुठे असते बबी सध्या?

गंमत : अ... अशा मुली कुठे अ... असणार...? अमेरिकेत. ह्या मुली लग्न झाल्यावर अमेरिकेत ज्या जातात त्या... त्या... ब... बाळंतपणासाठी परत येतात. आणि न... नवऱ्याला भा... भारतात स्कोप नाही म्हणून परत... पोराला घेऊन अ... अमेरिकेत जातात. त्यांचे आ... आ... आई-वडील मात्र... वि... विमानाचे ति... तिकीट कधी येईल म्ह... म्हणून वाट पाहत बसतात.

प... पण व्यक्तिश: म... मला विचारलं तर... ब... बबी मला आ... आवडायची नाही. फ... फार आगाऊ! मी... मी... नेहमी म्हणायचो... ब... बबीपेक्षा सु...सुमन चांगली. दो... दोघी सु... सुंदर दो...दोघी नाचायच्या बेबीताईकडे... प... पण माझ्या विचारांचा क.. कल नेहमी... सु... सुमनच्या बाजूला झुकलेला. व... वह्या सापडल्या तेव्हा मलाही वा... वाटलं की ह्या ब... बबीच्या कशावरून न...नाहीत? पण म्हटलं, शक्यच नाही. माझा... क...कल सुमनकडे तेव्हा व... वह्या तू.. तुझ्याच असल्या पाहिजेत.

सुमन : त्या बबीनं तर इतक्या जणांना फिरवलंय... तो आगरवाल झाला, तो देशमुख झाला, कलंगुटकर झाला.

गंमत : शे... शेवटी अ... अमेरिकेत श्रीकांत सहस्रबुद्धे मिळाला. ए... एक विचारू?

सुमन : विचार.

गंमत : तू.. तू नाच का सोडलास? त्या... त्या व्हरायटीला तो... प्रकार झाला म्हणून?

सुमन : प्रथम मी व्हरायटीत नाचणारच नव्हते. बबीनं फारच चिडवलं म्हणून तिच्याबरोबर नाचायला तयार झाले. नाच सुरू झाला. टाळ्यांवर टाळ्या मिळायच्या समेवर. नाचता-नाचता पायाची घुंगरं कधी सुटली, कळलंच नाही. लोकांच्या शिट्ट्या सुरू झाल्या, तेव्हा भानावर आले. सगळा विचका झालेला. बबी तेवढी एकटी दिमाखात नाचत होती. त्या दिवसापासून नाच सुटला तो सुटलाच.

गंमत : मग काय... ठ... ठरलं तुझं?

सुमन : (भानावर येत) माझं काय ठरणार? काय, म्हणायचंय काय तुला?

गंमत : मम्... मम्... मला म्हणायचंय हे... हे... ईश्वर तुझे...ला...ला... लांबचे भाऊच ना गं?

सुमन : काही तरीच काय बोलतोस! अरे, ते माझे मिस्टर. दहा वर्षांपूर्वी लग्न झालं माझं. बी. ए.ला असतानाच ठरलं.

गंमत : ते... ते लग्न तुझ्या मते झालं. म... म... माझ्या मते अ... अजून तू तशीच आहे... पूर्वीची. औषधाचा फ... फवारा मारणारी. ना... नाकावर रुमाल... .लेडीज. ते...ते...अ... अजून घो... घोरतायत ते... ते तुझे ला... लांबचे भाऊच ना? हो.. हो... म्हण. गेली अकरा वर्षं ठरवत हो... होतो, आ... आज योग आला आणि त्यांनी... वि... विचारलं की हा... कोण बुवा... म्हणजे... मी. मी कोण बुवा? इथं बसलाय... ऐटीत.... कविता वा वाचतोय फ... फडाफडा. दे... देखणा, तर त्यांना सांग हा... हा... म्ह... म्हणजे मी...तु... तुझा लांबचा भाऊ आहे म्ह... म्हणून, काय?

सुमन : (गोंधळलेली) अरे, पण असं कसं? गेली दहा-अकरा वर्षं मी संसार करतीय त्यांच्याशी.

गंमत : म... मग मला काय त्याचं? संसार तू... क...करते आहेस सुमन... मी... नाही. माझ्या मते... हा... हा.... द... दहा वर्षांचा काळ नाहीच आहे. काळ... गोठून गेलाय. घ... घड्याळं स्तब्ध आहेत... वा... वारा... पडलाय... ए... एक अनामिक भीती... पसरत चा... चाललीय व... वणव्यासारखी. के... केलीय... त्यावर

पण केलीय... एक छोटी कविता म्हणजे... 'कविटुली'! कविटुली म्ह... म्हणजे छोटी... कविता. पण अर्थ... मो... मोठा... हं!

हा काल नव्हे भयकाल दहा वर्षांचा
संसार नव्हे हा तुरुंग आणीबाणीचा
पतिदेव, ईश्वर हा भाग गैरसमजाचा
सखे! दिठीत माझ्या फुलव चेहरा सदैव चैतन्याचा

काय? अं? लिहिलंय ह्या वहीत सगळं. अगं... नाचाच्या व्हरायटीला... बेरंग झाला... त्या... रा... रात्री होस्टेलवर स... सगळे मित्र...ला... लागले चिडवायला. बबीनं फ... फजिती केली. सु... सुमनची म्ह... म्हणून. मग... मी चि... चिडलो... म्ह... म्हणालो, अरे हॅ...हॅ...हॅऽऽट! (मोठ्याने ओरडतो. सुमन दचकते) तशी... तो वि... विश्वास पा... पारिपत्यदार लागला हात... उगारायला. म्ह... म्हटलं, घाबरतो काय भ... भडव्या? हा... हात धरून पिरगळीन ग... गच्चम... .भो... भो... भोसडीच्या! बबीला सुमन... च्या नखाची सर नाही... भडव्याऽ अरेऽ ब... बघून घेईन भाडखाव! आतमध्ये काय बसतोस? हि... हिम्मत असेल तर बाहेर ये ना... तू पहिले बा... बाहेर ये, मग बघतो तुझ्याकडे... भडव्या!
[भावनेच्या भरात समोर खरोखरच पारिपत्यदार उभा आहे असे समजून गंमत खरोखरीचे भांडतो. ज्या दिशेला बघून तो शिव्या देत असतो, तिकडे ईश्वराची बेडरूम असते. शिव्या ऐकून अर्थातच झोपेतून उठलेला ईश्वर तावातावाने बाहेर येतो. गंमत आणि ईश्वर यांची जुंपते. सुमन अवाक्.]

ईश्वर : अरेऽ एऽ तुझ्यायला तुझ्या! शिव्या कोणाला देतो? आयलाऽऽ तोतरा, ये तुला दाखवतो भडव्या, ये...
[गंमतची बोबडी वळते. सुमन दोघांच्यामधे उभी राहून बाजूला करण्याचा प्रयत्न करू लागते. तोच.... पडदा]

अंक दुसरा

[वेळ : रविवार सकाळ. स्थळ तेच. पहिला अंक संपतो तिथूनच दुसऱ्या अंकाची सुरुवात. ईश्वरने दिलेल्या मारामुळे गंमत विव्हळत असतो. ईश्वर डोक्याला हात लावून बसलेला. सुमन अस्वस्थ.]

सुमन : तरी मी तुला सांगायचा प्रयत्न करतीय...

ईश्वर : काय सांगायचा प्रयत्न करतीय? दोन माणसांच्या घरी जर मला एका पुरुषी आवाजात 'दात पाडीन... भाडखावऽ बाहेर ये, म्हणजे दाखवतोऽऽ अशा शिव्या ऐकायला आल्या; तर मी काय गप्प बसायचं का?

सुमन : अरे, त्या शिव्या तुला दिल्या नव्हत्या.

ईश्वर : मला काय दिल्या नव्हत्या? हा माणूस सरळ आपल्या बेडरूमकडे बघून मोठ्यामोठ्याने 'बाहेर ये म्हणजे दाखवतो' म्हणतो आणि तू सरळ त्याची बाजू घेतेस?

सुमन : अरे, असं काय करतोस? हा गंमत नाही का? काल रात्री आला. इश्श! ईश्वर, कालचं तुला आठवत नाही म्हणजे, कमाल झाली बाई! तरी मी जास्त पिऊ नको म्हणत होते.

ईश्वर : अगं, पण मी आपलं काल राहा म्हटलं होतं, तर तू काय त्यांना सरळ ठेवूनच घेतलंस?

सुमन : ईश्वर, अरे, तू जागा झालास का पुरता? हा गंमत– माझा लांबचा भाऊ. कोकणात होता डफोलीला.

गंमत : ख... खालची डफोली, व... वरची वेंग्युल्याकडची.

ईश्वर : डफोलीचा लांबचा भाऊ?

सुमन : वर्गात होता माझ्या.

ईश्वर : शाळेत?

सुमन : नाही, कॉलेजमध्ये.

ईश्वर : अस्सं! कॉलेजमधला लांबचा भाऊ, होय?

सुमन : हो ना! इतक्या वर्षांनी भेटला.

गंमत : हं... मी... न... नाचाबद्दल सांगत होतो.

ईश्वर : कसला नाच?

गंमत : (सुमनकडे पाहात)... व्हरायटीच्या.

ईश्वर : आयला! मला कालचा हँगओव्हर दिसतोय. शिव्या काय देताय, नाचणं काय चालतं म्हणताय!

गंमत : नाच म्ह... म्हणजे...ई...ईश्वरराव, आपला था थै तक थी... हं!

ईश्वर : अहो, पण कोण नाचतंय?

गंमत : (सुमनकडे चोरटा कटाक्ष टाकत) नाचतात काही काही माणसं.

सुमन : अरे, त्याला काय सांगतोयस हे? त्याला काही म्हणजे काऽही ठाऊक नाही यातलं. (ईश्वरला) अरे, आम्ही कॉलेजच्या आठवणी आठवत होतो. आता त्यातलं काय कळणार तुला?

गंमत : हं! म्ह... म्हणजे मी... मी... शिव्या तुम्हाला... दिल्या नाहीत.

ईश्वर : मग?

गंमत : वि... विश्वास... परिपत्यदारला दिल्या.

ईश्वर : असं होय? विश्वास परिपत्यदारला दिल्यात, होय! पण हा विश्वास... पण जाऊ देत, मला काय कळणार यातलं? काय करता आपण?

गंमत : म..म्....मम्...मम्....मम्.

सुमन : कविता करतो हा!

ईश्वर : नाही, ते ठीक आहे, पण एरवी काय करतात?

सुमन : एरवी असं अजून त्यांनी काही केलंच नाही. वडील अकाली गेले आणि...

गंमत : आई... स्वयंपाक करते कुठे... कुठे.

ईश्वर : छान! आई स्वयंपाक करते आणि तुम्ही कविता करता. कॉलेजमध्ये होतात?

गंमत : हो! फ... .फर्ग्युसनला.

ईश्वर : हं, फर्ग्युसनला. आणि सध्या कविता.

गंमत : क... काय करणार? र... राहवतच नाही.

ईश्वर : कुठल्या वर्षी?

सुमन : ज्या वर्षी आम्ही कॅनॉलमध्ये औषध मारलं ना श्रमदान करून, त्या वर्षी.

ईश्वर : (आठवून) अच्छा! त्या वर्षी होतात तुम्ही कॉलेजला? म्हणजे त्या वर्षी बघा- मी एम्. ए. केलं होतं. आणि नोकरी नव्हती म्हणून बी. ए.च्या शिकवण्या करत होतो.

गंमत : क... काय, सांगताय काय?

ईश्वर : पण इतकी वर्षं बोलली नाही सुमन कधी?

गंमत : च... चावट आहे अगदी. काही सांगायचं म्ह... म्हणून नाही. सगळं मम्... मम्... मनात ठेवायचं.

सुमन : सांगायचा तसा कधी प्रसंग आला नाही.

ईश्वर : ठीक आहे. इतक्या वर्षांनी का होईना, हे लांबचे मेव्हणे जवळ तर आले.

गंमत : ल... लांबचा भाऊ... म्ह म्हणजे र – र – र... रक्ताचं नातं नाही काही. लांबचा भाऊ म्हणजे... सू... सुज्ञास अधिक सांगणे न ल... लगे! काय, आहे की नाही? हं!

[ईश्वर थक्क]

सुमन : आणि हा गंमत बरोबर काय घेऊन आलाय विचारा?

ईश्वर : काय गंमतराव, काय आणलंत बुवा?

गंमत : व... वह्या!

ईश्वर : वह्या?

गंमत : (सुमनला) आहे की नाही? अंऽ सांगा!

सुमन : कॉलेजमध्ये असताना विसरलेल्या वह्या आज आणून देतोय हा!

ईश्वर : हा म्हणजे लांबचा भाऊ.

गंमत : अ... अकरा वर्षांनी! क... कारण वह्या न... नव्या आणि त्यावर हि... हिचं नावच घातलं नव्हतं. अं... ल... लबाड आहे अगदी.

[ईश्वर चाट.]

ईश्वर : लबाड म्हणजे- आधी चावट आणि आता लबाड!

सुमन : काही तरीच रे काय बोलतोस गंमत?

गंमत : मम्... मम्... मग ख... खऱ्याला ड... डर? ही...ही...सु... सुमनच लबाड... न... नव्या वह्या घ्यायच्या अ... आणि न... नावच घालायचं नाही. आम्ही... आ.. आपले फिरतोय अकरा वर्षं

कु... कुणाची वही... कुणाची वही करत म्ह... म्हणून. लबाड हं!

ईश्वर : वा! रविवारी सकाळी-सकाळी छान चाललंय. ही लबाड आणि आम्हाला भाडखाव, दात पाडतो, बाहेर ये...

गंमत : मम् - मम्... मम् - मम्...

ईश्वर : नाही, नाही. तशी प्रत्यक्ष कृती तुम्हाला करायची नसेल, पण तुमच्या माझ्याविषयीच्या भावना मी समजू शकतो.

सुमन : नाही हं! गंमत फार चांगला आहे. तू उगाच गैरसमज करून घेतलायस. (आत जाते.)

ईश्वर : नाही. आम्हीच नालायक, ते बरोबर. पण अकरा वर्षं गंमतराव, तुम्ही करत काय होतात?

गंमत : काय सा... सांगणार ईश्वरराव! न... नशिबाचा फे... फेरा म्हणतात, तो हाच! रोज... वाटायचं की आ... आज सु... सुमन भेटणार... क... कधी... दिसली की हा... हाक मारे प... पर्यंत दूर निघून जायची. निराशा! मग... प... परत वण... व... व...ण... सुरू. झो... झोप या.... यची नाही. व... ह्या द्यायच्या म... मग झोप... मग... त्याच वहीत.... माझे...हात... करून जायचे ए... एखादा... पाळणा. मी - मी... पाळणे... पण करतो.

ईश्वर : अरे वा! म्हणजे कविता पण, सुतारकामदेखील!

गंमत : तो... पा... ळणा नाही!

ईश्वर : मग?

गंमत : हा...हा... पाळणा... कवितेचा प्र... प्रकार. म्हणतो-

हा दुर्दैवाचा फेरा
नशिबाला ज्याच्या आला
दुर्भाग्य म्हणावे त्याला
करी जो जो गाई आता
अवचित स्वप्न पडेल
अनुकूल काही घडेल
धरू नकोस खोट्या आशा
करी जो जो गाई आता
मृगजळी दिसतसे सुमन
जन म्हणे मज खुळा बबन

घरी विषण्ण झाली माता
करी जो जो गाई आता
हे वाकुडे माझे दोहे
घे मानून कांदा पोहे
पहिला 'वहीला' कर रे टाटा
करी जो जो गाई आता

हा... असा पाळणा... मग पुन्हा शोधाला सुरुवात. क... कधी रस्त्यात हा... हाक मारली त... तर भलतीच त... तरुणी ओ.. ओ... द्यायची. म्ह... म्हटलं, तु... तुम्ही ओ न... नका दे... देऊ... पण.. ती म्हणायची, द्या... व... ह्या. म... माझ्याच आ... हेत. द्या... ना... ही तर आई रागवेल. म्हणून मी तात्पुरत्या द्यायचो. म्हटलं, संध्याकाळी परत नेऊ... पण... ती... ती... तरुणी गुल... प... पसार! मी... घाबरायचो. आता.... जर का सुमन भेटली तर... व... वह्या नाहीत.

ईश्वर : अरे बाप रे! आणि वह्या परत दिल्या नाही तर?

गंमत : तर... काय? म... मग त्याच कंपनीच्या नवीन व... ह्या घ्यायच्या विकत. स... सगळ्या कविता परत उतरून... काढायच्या.

ईश्वर : हा वह्यांचा कितवा सेट?

गंमत : ए... एकशे दोनावा.

ईश्वर : नाही. मग बरोबर. इथं यायला अकरा वर्षं का लागली, ते आता कळलं. आयलाऽ एवढा वेळ लागणारच. एकशे दोनावा सेट! वडील गेले, आई स्वयंपाक आणि तुमचं हे असं! वा!
[आतून सुमन हातात एक पिशवी घेऊन गंमतला हाका मारत येते.]

सुमन : गंमतऽ ए गंमतऽऽ

गंमत : आ...आ... लोऽ

ईश्वर : तुम्ही नका जाऊ, तीच इकडे येतीय– लांबची बहीण.

सुमन : हे बघ, माझं जरा काम करतोस?

गंमत : वा... वाट्टेल ते... करायला... हं!

सुमन : ही पिशवी घे आणि चांगली भाजी ये घेऊन. जरा निवांत आलास तरी चालेल. रविवार आहे आज. जेवणं उशिराच होतात. मंडईतून आणलीस तरी चालेल.

गंमत : (पिशवी घेत) हे...हे काय सांगायला पाहिजे? कॉ... कॉलेजमध्ये... मे... मेस नं. ४ चा चिटणीस होतो...म्ह.... म्हटलं!

सुमन : नीट जा हं! ह्याला सांगितलं असतं, पण आताच त्याची कालची उतरतीय.

गंमत : आ...आ... आता येतो बघ. (जातो.)
[ईश्वर वॉशबेसिनजवळ जातो. दात घासू लागतो. ते पाहून सुमन म्हणते-]

सुमन : अय्या! तुला चहाच द्यायचा विसरले सकाळपासून. आता आणते. (स्वयंपाकघरात जाते.)

ईश्वर : (दात घासता-घासता) नशीब आमचं, आठवण झाली! आयलाऽ कोण कुठला कोण तोतरा ठेवून घेतलाय! वर्गात होता तिच्यायला. वह्या देतोय भाडखाव! काय पण पात्रं आहे. (सुमनची नक्कल करत) नाही हं ईश्वर, फार गैरसमज झालाय तुझा! (पेस्ट थुंकतो.) कॅनॉलमध्ये औषध मारलं ना, त्या वर्षी होता कॉलेजात. आयलाऽ खडकवासल्यापर्यंत पळवत नेतो त्याला कॅनॉलमधून. कविता फार छान करतो! (तोंड धुतो.) चालू साली! इतक्या वर्षांनी कॉलेजमधल्या भानगडी येतायत बाहेर. लांबचा भाऊ... तिच्यायला! मस्त चाललाय रविवार. तुझे मित्र भेटतायत. कविता करतोय, कविता. चालू सालाऽ तोतरा!
[फोन वाजतो. सुमन चहा घेऊन येते. ईश्वरचा चेहरा बदलतो. तिचा मिश्किल. क्षणभर त्याला फोन घ्यावा की नाही, संभ्रम पडतो. ती म्हणते-]

सुमन : फोन घे! चहा गार होईल.

ईश्वर : (फोनवर) हॅलोऽऽ हं! पण... आता कशाला फोन केला?

सुमन : घाबरू नकोस, स्पष्ट बोल. 'आता कशाला फोन केलास गं?' असं म्हटलंस तरी चालेल. उगाच ताकाला जाऊन भांडं लपवू नकोस.

ईश्वर : (सुमनला) गप गं जरा! (फोनवर) हॅलोऽऽ हं! लाईनवर जरा डिस्टर्बन्स आहे... अं... हो... पण... हं... हो, बराय, अच्छा! (फोन ठेवतो.) तुमचे मित्र आम्ही घरी ठेवून घ्यायचे आणि आमचे आलेले फोन...

सुमन : चहा घे, गार होतोय.

ईश्वर : (चहा घेत) कळतंय मला.

सुमन : सांग आता– काय म्हणत होतास? तुझे फोन आलेले चालत नाहीत, माझे मित्र आलेले चालतात. पण प्रथम फोन कुणाचे आले?

ईश्वर : हे बघ, तो प्रश्न नाहीये!

सुमन : का नाही? पहिले तुझे फोन आलेत.

ईश्वर : पण लग्नाआधीचं हे... सगळं. तू इतके दिवस का अंधारात ठेवलंस?

सुमन : कारण इतके दिवस मला हे... असं असेल ह्याची कल्पना नव्हती.

ईश्वर : हॉ! म्हणे, आज कळलं. एखादा माणूस अकरा वर्षं फक्त वह्या देण्यासाठी तळमळतो? अशक्य आहे. प्रकरण इतकं साधं वाटत नाही. पाणी खोलवर मुरलेलं दिसतंय. वाईट इतकंच वाटतं की, गेल्या दहा वर्षांत मला ह्याची शंकासुद्धा आली नाही. आयलाऽ एक तोतरा माझ्या घरात येतो आणि माझ्या बायकोला भर सकाळी चावट आणि लबाड म्हणतो. अशक्यऽ आहे. मी हे चालवून घेणार नाहीऽ

सुमन : चालवून घेणार नाही म्हणजे? दम कुणाला देतोस? तुझे वाट्टेल तेव्हा येणारे फोन मी चालवून घेते. रात्री उशिरा येणं चालवून घेते. पिणं चालवून घेते. एवढंच काय, पण गेली दहा वर्ष तुझा संसारदेखील बिनतक्रार चालवतीय... आणि तू मला दम देतोस?

ईश्वर : दम वगैरे नाही. उगाच डोक्यात राख घालून घेऊ नकोस.

सुमन : डोक्यात राख घालण्याचा प्रश्न नाही. तुझ्यासारख्या शिकलेल्या आणि हुशार नवऱ्याचा हा शुद्ध बिनडोकपणा आहे. उगाच कशावरून तरी चिडायचं आणि काही सांगायला गेलं की टांगायला निघायचं!

ईश्वर : मी चिडत नाहीये, तू मला चिडायला लावते आहेस!

सुमन : मी चिडवत नाहीये. पण ज्यावरून तू चिडलास, तो हा... हा तोतरा मी घरात घेतला नाही. ओळखीचा नव्हता, तर घरात घेतला कशाला? दार उघड म्हणून मी आले नव्हते सांगायला! पेलवत नाही तर घ्यायची आणि दारूच्या नशेत अनोळखी माणूस घरात घ्यायचा. कानीकपाळी ओरडतीय, कमी पित जा म्हणून. कुणी ऐकेल तरी शपथ. आज काय दमला म्हणून, उद्या काय डिफरन्स मिळाला म्हणून! काही तरी विनोद करायचे आणि दारू प्यायचं समर्थन करायचं. स्वत: प्यायचं, वर कंपनी म्हणून मला पाजायचं. आता तर

मलाही मेली आवडायला लागलीय.

ईश्वर : अगं, पण...

सुमन : काही सांगू नकोस. कशाला घेतलंस त्या गंमतला घरात?

ईश्वर : अगं, मला काय स्वप्न पडलं होतं की, ही भानगड गेली अकरा वर्षं चालू आहे म्हणून? वह्या परत करतोय तोतरा! नंबर एकची नालायक. अशक्यऽ आहे. सहन करण्यापलीकडचं आहे. गंडवलं रेऽ गंडवलंऽऽ ह्या साल्या गावभवानीनं! सपशेल फसवलं! आयलाऽ दारूच्या तारेत त्या तोतऱ्याला घरात घेतलं आणि आमचीच गंमत करून घेतली. कविता करतोय भाड...

सुमन : दार तू उघडलंस, मी नाही. आता माझ्या लेखी तो ह्या दोघांच्या संसारात आलेला पाहुणा आहे. मला त्याला जपलं पाहिजे. एक लक्षात ठेव- अहंकार तुझा आहे, तसा माझा आहे. मी तुझा जपते, तसा तू माझा जप.

ईश्वर : (वेडावत) तुझा मी जपतो तसा माझा तू जप. त्या तोतऱ्याला पदरात घे. त्याला दुखावू नकोस. त्याला अंघोळ घाल. त्याला करगोटा घाल. तुझा अहंकार मी कशाला जपू? गेल्या दहा वर्षांत साधं एक मूल देता आलं नाही तुला.

[ती गप्प. क्षणभर त्याच्याकडे बघते. आत बेडरूममध्ये निघून जाते. शांतता. ती परत येते आणि म्हणते...]

सुमन : बाथरूममध्ये टॉवेल ठेवून आलेय. अंघोळ घे करून. पारोशी मेला! (दोघे एकमेकांकडे बघतात.) उठ नाऽऽ अंघोळ कर.

ईश्वर : नाही करणार! रविवार आहे. रोजची आहेच कटकट. सालं, स्वत:चं शरीरसुद्धा इच्छेप्रमाणे धुता येत नाही.

सुमन : मग बसा, तस्से बसा! तो गंमत बघ. सकाळी लवकर उठून अंघोळ करून मंडईत गेलासुद्धा!

ईश्वर : सुमन...

सुमन : काय?

ईश्वर : इकडे बघ.

सुमन : बघतीय. पुढे बोल-

ईश्वर : कोण हा?

सुमन : कुणी नाही. वर्गात होता, असं तो म्हणतो. मला काही आठवत

नाही. वह्या माझ्याच आहेत म्हणतो खुळा. गेली अकरा वर्षं मला भेटण्यासाठी कुणी तळमळतंय असं कळलं, तर तुला काय वाटेल?

ईश्वर : मला खोटं वाटेल. तो तोतरा चालू वाटतो. वह्यांच्या सेटचा नंबरदेखील एकशे दोनावा आहे!

सुमन : बिचारा स्वप्नांवर जगतोय, तर त्याला मी कशाला दुखवू? आपल्याविषयी असं हळुवार भावनेनं बघणारं कुणी तरी आहे. एरवी आपण असतोच- तू आणि मी. दोघंच. तू ऑफिसमध्ये गेल्यावर हे घर मला खायला उठतं. काय करायचं मी? त्याच त्या तुझ्या मित्रांच्या बायकांशी किती वेळ बोलणार?

एखाद्या रविवारी घरी कुणी पाहुणा आला, तर किती वेगळं वाटतं! आपल्या दोघांशिवाय ह्या घरात चक्क जिवंत असं कुणी आहे; आपल्या वागण्यानं ह्या तिसऱ्याला बरं वाटणार आहे. आपल्यामुळे असं 'बरं'सुद्धा कुणाला वाटू नये का रे? सांग- चुकलं माझं? तुझ्यावर अवलंबून असण्याची इतकी सवय झालीय की, कधी कधी मी जगत असल्याचंच विसरून जायला होतं. अशी एखाद्या रविवारी आठवणीची हळुवार फुंकर कानांत येते. रोम-रोम शहारत जातो आणि आपण जगत असल्याची जाणीव होते.

ईश्वर : हंऽ कुठला कान?

सुमन : काय?

ईश्वर : कुठल्या कानात फुंकर आली? आयला! फुंकराच घालायच्या तर आम्ही आहोत की! चांगला टेबलफॅन धरतो कानापुढे. आपली फुंकर म्हणजे धारदार, वेळेवर येणार. त्या तोतयाची फुंकर म्हणजे ह्या रविवारी मनात आलं की, पुढल्या रविवारी फुंकर येणार!

सुमन : चेष्टेवारी नेऊ नकोस. मी मात्र तुझं वाटेल ते वागणं-बोलणं सहन करायचं, कारण मी मिळवत नाही. नोकरी करण्याची कुवत नाही. एका बाजूनं मला स्वत:करता राबवायची आणि दुसऱ्या बाजूनं का राबतेस म्हणून फटके मारायचे.

ईश्वर : माझ्या म्हणण्याचा अर्थ हा नाही.

सुमन : तुझ्या म्हणण्याचा अर्थ एकच- मला निरुत्तर करणं! पण त्यांनी तुझे प्रश्न सुटत नाहीत, की येणारे मेले फोन थांबत नाहीत.

ईश्वर : माझ्यापुढे कसलेही प्रश्न नाहीत, त्यामुळे ते सुटण्याचा प्रश्नच नाही.

दोघांच्या पुढे एकच प्रश्न आहे- आपण वांझ आहोत आणि ह्याचं उत्तर तुला किंवा मला गेल्या दहा वर्षांत सापडलेलं नाही.

सुमन : ते तर त्रिकालाबाधित सत्य आहे. ते नाकारण्याचा प्रश्नच येत नाही.

ईश्वर : हे पटतंय, तर असे वाद कशाला घालतेस?

सुमन : कारण राग येतो. संताप येतो तुझ्या वागण्यानं. सगळं चोरून-चोरून तुमचं भित्र्यासारखं. हा- हा माझा मित्र चक्क तू उघडलेल्या दारातून आत आलाय आणि दार उघडायला तुझं वागणं कारणीभूत आहे. उगाच मला नंतर दोष नकोय. त्याची इच्छा फक्त कुणी तरी त्याच्याशी 'बरं' बोलावं... 'गोड'सुद्धा नाही, 'बरं' बोलावं. असं कुणी बोललं तर पाप आहे का? सांग ना-

जा, अंघोळ कर जा! पारोशी मेला! बसलाय तसाच.

ईश्वर : करणार नाही.

सुमन : मग बसा, तस्सेच बसा. श्शीऽ घाणेरडा मेला. चैन कसं पडतं तुम्हाला?

ईश्वर : अगं, काय सारखं अंघोळ करा, अंघोळ करा? माझं शरीर मला वाटेल तेव्हा धुईन. तू कोण सांगणार? मला नाही दिवसभर तुझ्यासारखं डुंबत बसायला आवडत. गेल्या जन्मी म्हैस असली पाहिजेस, म्हैस. करत नाही अंघोळ, जे करायचं ते कर जा!

सुमन : बघ हं! अंघोळ घालीन, म्हणजे समजेल.(क्षणभर गप्प होते.) तान्ह्या पोराला कसं वाटत असेल नाही, अंघोळ घालताना? मी... मी नाही कधी घातली. पण लांबूनच बघितलीय घालताना. रड-रड रडतात अरे तान्ही पोरं. काय काय करतात! आधी साय, मग डाळीचं पीठ चोळून-चोळून अगदी. पायांवर पालथी पडून असतात. मग खूप पाणी. नंतरचा वेखंडाचा वास.

ईश्वर : (हलकेच) नाही... तुझी इच्छाच असेल, तर तशी अंघोळ करायची आपली तयारी आहे. वेखंड जरा घाऊक प्रमाणात लागेल.

सुमन : चल! काही तरीच काय बोलतो? वेडा कुठला!

ईश्वर : हॉ! मी वेडा. तो... तोतरा आणलास, तो अकलेचा कांदा!

सुमन : कितीऽ किती गं बाईऽ तुम्ही अस्वस्थ होता! जरा सहनशीलपणा कसा तो नाहीच. जा, अंघोळ कर जा!

ईश्वर : आयलाऽ नाही जाणार! आता तर मुळीच नाही. येऊ देत अंगाला वास.

सुमन : येऊ देत तर, येऊ देत. मला काय! मला आता सगळ्याची सवय झालीय. पण तिकडून वास आलेला चालेल की नाही, कुणास ठाऊक?

ईश्वर : सुमेऽऽ

सुमन : चिडतोस काय उगाच? जरा चेष्टा खपत नाही. आणि इकडे ये, इकडे ये बघू -

ईश्वर : मला जरा...

सुमन : इकडे ये म्हणते नाऽ ठोल्याऽऽ

ईश्वर : काय?

सुमन : बस इथं.

ईश्वर : कशाला?

सुमन : इथं बस. तिथं नाही, इथं. (तो येऊन बसतो.)

सुमन : तू कुठे गुंतलायस? (तो पायाकडे बघत नजर टाळतो. मग हाताची नखे कुरतडतो.) कुठे गुंतलायस तू?

ईश्वर : (एकदम उठत) चला अंघोळीला...

सुमन : खाली बस! जे काय आहे, ते मला सरळ स्पष्टपणे सांग. घाबरू नकोस. काही खात नाही मी तुला. कुठे गुंतलायस तू? कुणाचे फोन येतात तुला? (तो अस्वस्थ, खालच्या मानेनं बसलाय.) मग एवढा कावरा-बावरा का होतोस? साधी बायकोच्या नजरेला नजर देता येत नाहीये तुला!

[तो गप्प.]

सुमन : अरेऽ बोल की ठोल्या...

ईश्वर : नाही, तसं... काही नाहीये.

सुमन : खोटं बोलू नकोस. कुठे गुंतलयास तू? सांग की मोकळेपणानं. कुणाचे फोन येतात तुला?

ईश्वर : (खालच्या मानेने) आहे एक.

सुमन : कोण आहे?

ईश्वर : अशीच एक.

सुमन : लग्न झालेली? सांग ना- लग्न झालंय का तिचं?

ईश्वर : हो!

सुमन : मुलं आहेत?

ईश्वर : माहीत नाही.

सुमन : कुठे भेटली तुला?

ईश्वर : माहितीची होती.

सुमन : माहितीची म्हणजे?

ईश्वर : पूर्वीपासूनची ओळख.

सुमन : लग्नाआधीची ओळख?

ईश्वर : हो.

सुमन : कुणाच्या लग्नाआधीची ओळख? आपल्या, की तिच्या?

ईश्वर : दोघांच्याही.

सुमन : कशी आहे?

ईश्वर : कशी म्हणजे?

सुमन : म्हणजे, दिसायला तरुण आहे का?

ईश्वर : असेल. म्हणजे तुझ्याच वयाची.

सुमन : गोरी आहे?

ईश्वर : त्यानं काय फरक पडतो?

सुमन : म्हणजे, काळी आहे?

ईश्वर : नाही, काळी नाही.

सुमन : कुठे भेटली?

ईश्वर : बँकेत.

सुमन : बँकेत जर भेटली, तर आधीची ओळख कशी?

ईश्वर : कॉलेजमधली.

सुमन : वर्गात होती?

ईश्वर : नाही. मागे होती.

सुमन : म्हणजे, अंतर तरी आहे वयात.

ईश्वर : हो... हो! पण फार नाही.

सुमन : त्या वेळी ती नाही म्हणाली, म्हणून मला हो म्हणालास का?

ईश्वर : मला अंघोळ-

सुमन : नंतर कर.

ईश्वर : घामाचा वास-

सुमन : चालेल मला. प्रश्नाचं उत्तर दे. ती नाही म्हणाली, म्हणून मला हो म्हणालास का?

ईश्वर : कसं सांगणार? तिनं काही म्हणणं आणि आपलं लग्न हे दोन स्वतंत्र प्रश्न आहेत. त्यांचा एकत्र विचार कसा करणार?

सुमन : कसा करणार म्हणजे? करावा लागेल. कारण दोन्ही प्रश्नांत तू कॉमन आहेस.

ईश्वर : अगं, पण तेव्हाचं काय आता काढतेस?

सुमन : एकंदर, तू पूर्वी सॉलिड मार खाल्लेला दिसतोयस!

ईश्वर : (एकदम विषय बदलत) आज टी. व्ही.वर सिनेमा कोणता...

सुमन : दिसायला कशी आहे?

[तो गप्प. लाजतो.]

सुमन : अरे, लाजतोयस काय घोड्या? कशी आहे दिसायला?

ईश्वर : दिसायला... म्हणजे बघ... एकदम खवा आहे, खवा! सगळं जोरदार अगदी. हं!

सुमन : खवा? दिसायला खवा? यजमानांची काय डेअरी वगैरे आहे काय? काय करतो तो?

ईश्वर : कोण?

सुमन : अरे, कोण काय? तिचा नवरा.

ईश्वर : इंजिनिअर आहे. छोटी इंडस्ट्री काढायचीय इलेक्ट्रॉनिक्सची. त्याला कर्ज हवंय!

सुमन : हंऽऽ अच्छा! म्हणजे उभयता बँकेत कर्ज मागायला आले होते वाटतं?

ईश्वर : हो!

सुमन : मग कसं आहे आता?

ईश्वर : कुणाचं?

सुमन : कर्जाचे हप्ते सुरू झाले की नाही?

ईश्वर : अजून कर्ज सँक्शन नाही झालं.

सुमन : वाटाघाटी चालू आहेत अजून?

ईश्वर : मी... अंघोळीला...

सुमन : माझ्यात काय कमी पडलं?

ईश्वर : तसं नाही, पण...

सुमन : पण काय? बोल की स्पष्ट– मी तुला सुख देत नाही का? माझा कंटाळा आलाय का तुला?

ईश्वर : नाही... पण...

सुमन : काय ते बोल की झडझडून. असला कसला तू? त्याला तोतरा म्हणतोस; तुझं काय झालंय आता? आता का बोबडी वळतीय? सगळे मेले सारखेच... तो तोतरा आणि तू वैचारिक तोतरा! कृती करून मोकळे. स्पष्टपणे बोलायची लाज. चोरून-चोरून, चोरून-चोरून सगळं. तुला मनातून काय हवंय, सांगू? तुला मी तुझ्या ह्या वागण्याकडे दुर्लक्ष करून सगळीच्या सगळी तुझ्या अधीन व्हायला हवीय. तुझ्यावर मी अवलंबून असले, तरी हे वागणं माझ्याच्यानी होणार नाही.

ईश्वर : अगं, पण कॉलेजमधली मला माहीत असलेली एक मुलगी तिच्या नवऱ्याबरोबर बँकेत कर्ज मागायला आली, म्हणजे मी काही भानगड केली का?

सुमन : भानगड जर नाही, तर बोलताना विषय निघाला की बोबडी का वळते? मी तुमचे संबंध अगदी बहीण-भावंडांचे आहेत, असं मानायला तयार आहे. पण तुम्ही धडधडीत दिवाळीचा पाडवा खेळताय, त्याला काय करणार?

ईश्वर : च्! एक मैत्रीण कर्जासाठी फोन करते, तर किती संशय! किती संशय!

सुमन : हॉ! फोन येतायत. माझं लक्ष आहे म्हणून फोन तरी येतायत. नाही तर तुम्ही अख्खं टेलिफोन एक्स्चेंज घरात आणलं असतं! (तरातरा जाते आणि टेबलाच्या ड्रॉवरमधल्या एका फाईलमधून एक कागद काढून ईश्वरच्या पुढ्यात आदळते.)

ईश्वर : हे काय?

सुमन : दहा वर्षांपूर्वीचा मूर्खपणा.

[ईश्वर कागद बघतो आणि संतापून]

ईश्वर : सुमनऽऽ जास्त शहाणपणा करू नकोस.

सुमन : शहाणपणा मी करत नाहीये.

ईश्वर : भलती चेष्टा करू नकोस. हे मॅरेज सर्टिफिकेट परत जागच्या जागी ठेवून दे.

सुमन : ठेवणार नाही. जे व्हायचं, ते एकदा होऊनच जाऊ दे. एक घाव आणि दोन तुकडे! काय करायचं ह्याचं, ते एकदा ठरव. म्हणजे त्या

कृत्तिका मासिकात आपल्या स्थळांच्या जाहिराती देऊन टाकते. घटस्फोटित वधू-वरांची स्थळे. नवऱ्याकडून फसवल्या गेलेल्या मुलींची स्थळे... [शांतता.]

ईश्वर : (सर्टिफिकेट हातात) ह्याला दहा वर्षं झाली. पुढच्या महिन्यात अकरा पुरी होतील. म्हणजे जवळजवळ एक तप! तुझ्या त्या मामाला सांगत होतो, रजिस्टर लग्न करा. पण ऐकायला तयार नाही म्हातारा.

सुमन : उगाच नावं ठेवू नकोस. तुझ्याच आईचं चाललं होतं - वैदिक तरी हवंच. खंडोबाचं नवरात्र असतं आमचं. म्हणून वैदिकच झालं.

ईश्वर : कुठलं कार्यालय शोधून काढलं होतं... जेवताना समोर संडासाची रांग! घाण वास नुसता!

सुमन : तुझ्याच आईनं मुहूर्त काढला होता. माझे मामा सांगत होते, चांगलं कार्यालय नाहीये. दुसरा मुहूर्त बघू या. पण तुझी आई ढिम्म. हाच मुहूर्त हवा, तर बसा संडासासमोर! कुठले नातेवाईक जमवले होते. जागचे हलत पण नव्हते पटापटा. दहा-दहा वेळा 'जेवायला चला, जेवायला चला' म्हणावं लागत होतं.

ईश्वर : येतील कसे जेवायला? तुमच्या मामांनी सगळे जवळजवळ नागडे आचारी आणले होते वाढायला. सगळे उघडे. पंचे पिवळे आणि कुल्ल्याला फाटलेले. वाढायला आले पंगतीत की, मॅट्रिकला असलेली मुलं भुरका मारताना वाकूनवाकून पंच्यातून बघायची. ज्या हातांनी घाम पुसायचा, त्याच हातांनी जिलब्या वाढायच्या! एकाच्या तर पाठीवर घामानं जिलबी चिकटली होती. काय कार्यालय! दुसरी पंगत बसली की, पहिली जेवलेली पोरं समोर संडासात बसलेली.

सुमन : कसले जेवत होते तुमचे लोक मेले! पंचवीस-पंचवीस जिलब्या? आठवलं की किळस येते.

ईश्वर : आणि सगळ्यात कहर म्हणजे, तुझ्या मामांनी आणलेला बँड! वा! इकडे अक्षता पडल्या आणि तिकडे बँडवाले वाजवतायत- 'मौत का सामान ले चले' हे गाणं!

सुमन : माझ्या मामाचं बरं सगळं लक्षात राहातं?

ईश्वर : हो ना! तरी ह्या सगळ्याला दहा वर्षं झाली. परवा टी. व्ही.वर पन्नास वर्षं संसार केलेल्या जोडप्यांच्या मुलाखती झाल्या. कंटाळा नाही का गं येत एकमेकांचा? तीच शरीरं, त्याच जन्मखुणा बघत बसायच्या.

तेच तीळ परत परत बघायचे. ह्या बाईला तोच बुवा आणि त्या बुवाला तीच बाई.

सुमन : काय करणार? त्यांच्या नवऱ्यांकडे कुणी बाया कर्ज मागायला गेल्या नसतील!

ईश्वर : किंवा त्यांच्या बायकांकडे कुणी तोतरे कवी गेले नसतील आणि समजा गेले, तरी कर्ज आणि तोतरा उभयता सहन करत असतील. [दोघे हसतात.]

सुमन : मी असला फाजीलपणा करणार नाही.

ईश्वर : मघाशी तू म्हणालीस ते स्थळ देणारं 'कृत्तिका' मासिक म्हणजे अगदी कहर आहे! परवा त्यात आलं होतं –
'बिजवर चालणाऱ्या प्रौढ कुमारिकांची स्थळे'– बरं का? त्यात अट अशी होती, 'रोज आवडीने इंजेक्शन देणारा बिजवर पाहिजे. मुलीला लहानपणापासून डायबेटीस असल्याने दिवसातून दोन वेळा इन्शुलिन द्यावे लागते. म्हणून मन लावून इंजेक्शन देणारा पाहिजे.' पुढे होतं, ऐक– 'कमी अधिक व्यंगाच्या मुली. सदर मुलीचा उजवा डोळा सपुष्प असून डावा पाय उजव्या पायापेक्षा फक्त दोन इंचाने कमी आहे. तरी पण मुलगी घरकामात कुठेही अडत नाही.' म्हणजे अगदी कोणत्याही कामासाठी मुलगी अक्षरशः एका पायावर तयार! (हसतो.)

सुमन : झालं सांगून? (कागद दर्शवीत)
ह्याचं काय करायचं, ते सांगा!

ईश्वर : सुमन, लहान मुलीसारखं वागू नकोस. ह्याचं काय करायचं? हं, फाडून टाकायची मानसिक तयारी आहे का आपली? कायद्यावर बोट ठेवून संबंध सुरळीत राहत नाहीत. आपण काही जगावेगळे नाही. या कागदाच्या तुकड्याला काही अर्थ नसतो; परस्परांवरचा विश्वास महत्त्वाचा.

सुमन : मी कुठे नाही म्हणतेय? तोच विश्वास वाटायला हवा. त्याकरिता तू माझ्याशी खरं आणि स्पष्ट बोलायला हवं! काय नाव तिचं?

ईश्वर : कोणाचं?

सुमन : त्या कर्जाचं?

ईश्वर : काही तरीच काय विचारतेस?

सुमन : का? सवतीचं नाव विचारणं गुन्हा आहे?

ईश्वर : सवत कसली?

सुमन : तुला जे मनात वाटतंय, तेच सांगतीय. तुला नाही वाटत– तिनं पण राहावं, मी पण असावं? ती आवडती, मी नावडती. सांग तरी नाव! काय लाजतो, काय लाजतो– अं! लग्नातसुद्धा मेला एवढा लाजला नाही! तिच्या नवऱ्याला माहितीय?

ईश्वर : काय?

सुमन : काय काय, तुझी भानगड?

ईश्वर : छे? त्याचा काय संबंध? तुला खरं सांगू? मला ती आवडते, अगदी फार आवडते. अशी कुणी नुसती आवडणं पाप आहे का? माझ्या केबिनमध्ये कर्जासाठी येते, दिलखुलास गप्पा मारते आणि जाते. आयलाऽऽ दिसायला तर अगदी खवा आहे, खवा!

सुमन : तू चक्क खोटं बोलतोयस. केबिनमध्ये येते टवळी! माझ्या वयाची... आणि दिसायला म्हणे खवा. म्हणजे तिला पण मूल नसणार. मी–मी म्हणविणाऱ्या पोरी एका बाळंतपणात काकूबाई होऊन जातात. त्यात डॉक्टरला घाई असली म्हणजे सिझेरीन. मग आनंदच! पोटाचा अगदी नगारा वाजवत बाहेर पडतात. [शांतता]

ईश्वर : (विषय बदलत) बिल कसं गं आलं नाही अजून?

सुमन : कसलं बिल?

ईश्वर : टेलिफोनचं.

सुमन : नाही आलं बाई अजून!

[शांतता.]

कसे असता तुम्ही, बघा! मी रागावून बोलले की, लगेच विषय बदलून मोकळे! मला नेहमी वाटतं, नवरा–बायकोचे संबंध फक्त शारीरिक नसून राजकीय स्वरूपाचे असतात. सारखं एकमेकांना फसवायचं. फार फसवणं होऊन पितळ उघडं पडतंय असं वाटलं की, भावनेच्या भरात वाहून जायचं. मग परत एकमेकांवर सत्ता गाजवणं सुरू. तू माझं ऐक... मी का तुझं ऐकायचं, अशी सारखी कडकड चालू. मनात दाटणारा प्रचंड अविश्वास आणि ह्या अविश्वासाच्या खाचखळग्यांतून वाहणारा परस्परप्रेमाचा प्रवाह... खरंच आपले

संबंध अतिशय राजकीय असतात. फक्त जरा सुसंस्कृत असल्यानं आपण बळ वापरत नाही, इतकंच. हे राजकीय स्वरूप कुणाला जाणवत नाही आणि जाणवलं तरी कुणी दाखवत नाही, म्हणून लग्नं टिकतात.

ईश्वर : हंऽ! आता आपण एकमेकांत निवडणुकासुद्धा घेतल्या पाहिजेत.

सुमन : म्हणजे आपणच उभं राहायचं आणि आपणच आपल्याला मत द्यायचं- मी तुला नि तू मला! जा, अंघोळ कर जा!

ईश्वर : काय सारखं अंघोळऽ अंघोळ...?

सुमन : (मॅरेज सर्टिफिकेट दाखवत) ह्याचं काय करायचं ठरवलंयस?

ईश्वर : (चिडून) आयलाऽऽ हे सर्टिफिकेट गेलं तेल लावत...! तुला... म्हणजे, आपण एकत्र राहायचं की नाही? सांगऽऽ (तिला हलवत) सांग बाई, सांग एकदा. होऊन जाऊ देत, आयला!

सुमन : मी... मी तसं म्हटलेलं नाही.

ईश्वर : मग का मघापासून चिडवतीयस मला? आयलाऽ टिंगल करतेस तू माझी? (तिच्या केसांना धरून हलवतो) टिंगल करतेस का?

सुमन : टिंगल नाही. केस सोड माझे. आय ॲम क्वाईट सिरीयस. सगळं तुझ्यावर अवलंबून आहे.

ईश्वर : माझ्यावर अवलंबून आहे- घण्टा! तुला इथं राहायचं की नाही? बोल की, आता का बोबडी वळली तुझी?

सुमन : नंबर एकचा राजकीय गुंड आहेस तू. मी... मी कुठं जाणार? तुला माहितीय की, मला माहेरी कुणी नाही. स्वतःचं असं काहीही नाही. एक बी. ए.ची डिग्री तेवढी आहे. पण या बी. ए.ला आज कोण विचारतो? आता तुझ्या पैशांवर जगतेय... उद्या निघालेच बाहेर, तर तू दिलेल्या पोटगीवर जगणार. पण मी जाईन हे घर सोडून- मसणात राहीन. सांग मला, तुला नको का मी?

ईश्वर : मी... मी तसं म्हटलं नाही. पण हा- हा कागद तू काढलास बाहेर.

सुमन : काढावा लागला. कारण इतका तू बाहेर गुंतलायस...

ईश्वर : मी कुठंही गुंतलेलो नाही. तुझे आचरटासारखे संशय कारणीभूत आहेत.

सुमन : मला संशय घ्यावे लागले, कारण तुझी नजर खरं बोलते शुंभा. तुला मी हे सगळं निमूट सहन करणारी, तुझे कपडे धुणारी, तुला खायला

घालून तुझ्या सुखात सुख मानणारी, वर रात्री डोक्यावरून हात फिरवणारी, एक अंगाला लावणारी बाई पाहिजे! मी तशी असेन, हा तुझा दहा वर्षांचा अंदाज आता साफ चुकलाय, म्हणून मी नावडती! आणि नावडतीचं मीठ अळणी म्हणून अशी बेचव झालेली बायको तुला सहन होत नाहीये.

ईश्वर : (ओरडत) सुमनऽऽ हो किंवा नाही, ते सांग.

सुमन : अरेऽ ओरडतोस कुणाच्या अंगावर? तुला काय मी तुझ्या तालावर नाचणारी पार्टीमधली डान्सची पार्टनर वाटले? असा वस्सकन ओरडतोस काय? शी: गं बाईऽ! किती वास येतोय घामाचा! जा की अंघोळीला.

[ईश्वर एकदम लाडात येऊन तिचे गालगुच्चे घेऊ लागतो. वेडावत गुदगुल्या करून तिला बेजार करतो.]

ईश्वर : आम्ही नाही करणार अंघोळऽ नाही करणार!

सुमन : (हसत, किंचित रागावत) अरेऽ काय हे! आई ग्गं! नक्कोऽ ना! चिमटे काय घेतोस? कंबर दुखते ना माझी. पुरे रे बाबा...

ईश्वर : हा! सारख्या कंबरा बऱ्या दुखतात सकाळी-सकाळी.

सुमन : दुखेल नाही तर काय? आईऽ गं! रात्रभर एक पाय टाकून झोपायची सवय. दिवसभर तुमच्या आज्ञेत राहायचं आणि रात्री तर अक्षरश: पायाखाली झोपायचं. नंबर एकचा राजकीय गुंड आहेस तू! हे असं जरा वागलं, तणाव कमी झाले की झालं! पुन्हा आपल्या टेऱ्या बडवायला मोकळे!

ईश्वर : (खोट्या गांभीर्याने) तुझी... कंबर चोळून देऊ?
(जवळ जायला लागतो.)

सुमन : तू हात लावू नकोस मला. गुदगुल्या होतात ना!

ईश्वर : असं काय? छान... चोळून देतो बघ-

सुमन : (वेडावत) छान चोळून देतो आणि रात्री पुन्हा अस्साऽ पाय टाकून झोपतो. वाईट सवयी लागल्यात तुला.

ईश्वर : सवयी लावल्या कुणी?

सुमन : मीच लावल्या बाबा! हात काढ ना- तू अगदी कामापुरता मामा आहेस! काम झालं की पालथं पडून घोरायला सुरुवात. तरी आपल्याकडे रात्री नको तेव्हा उठणारं मूल नाही.

ईश्वर : हे... हे असं नाही बोलायचं... अजिबात नाही बोलायचं! असं मूल असतं, तर सगळंच बदलून गेलं असतं. लोकांना खंडीभर होतात. आपल्याला एखादं... छोटं... मुलगी... नाही तर मुलगा. घरी कोणाचा आवाजच नाही. कायम आपलाच आवाज आपण ऐकायचा म्हणजे.... एक मोटार असते खेळण्यातली लाल-लाल... बॅटरीवर चालते... नवी निघालीय, म्हणजे शिट्टी वाजवली की वळते. छोटा कारखाना आहे खेळण्यांचा. आम्ही कर्ज दिलं, म्हणून कळलं मला. परत तशी मोटार बँकेत प्रेझेंट म्हणून आणून दिली. पण आपल्याकडे कोण खेळणार मोटारीशी? मग बँकेतल्या शिपायाला दिली. खेळतील त्याची मुलं.. छान आहे लाल रंगाची. शिट्टी वाजवली की वळते अशी, मग अशी. काय काय नवीन निघतं एकेक... म्हणजे... (अगदी रडवेला होतो.)

[सुमन त्याच्याजवळ जाते. डोक्यातून हात फिरवते. तिचा दुसरा हात स्वतःच्या गळ्यावरून फिरतो. गळा मोकळा लागतो. चपापते आणि अस्वस्थपणे इकडे- तिकडे शोधू लागते.]

सुमन : (शोधता-शोधता) कुठं पडलं, कुणास ठाऊक?

ईश्वर : काय शोधतीयेस?

सुमन : विचारतोस काय? शोध की जरा!

ईश्वर : अगं, पण हरवलं काय, ते तर सांगशील?

सुमन : कुठं टाकलंस तू काल?

ईश्वर : अगं, पण काय?

सुमन : मंगळसूत्र रे! काल फिरवत होतास बोटाभोवती?

ईश्वर : असेल पडलं कुठं...

सुमन : असेल पडलं काय? शोध की जरा! काही तरी खेळायला घ्यायचं आणि कुठं तरी टाकायचं.

(सुमन अस्वस्थ होऊन शोधत आहे. ईश्वर शांतपणे बघत असतो.)

ईश्वर : सापडलं?

सुमन : उठ की जागचा आणि शोध. जरा हलव बूड आणि शोध. उंटावरून काय शेळ्या हाकतोस?

(चेष्टेत शोधल्यासारखं करीत) कुठं गेलंऽ कुठं गेलं... हांऽ सापडलं! (तिच्या मोकळ्या गळ्याजवळ हात नेऊ लागतो.)

सुमन : भलत्या वेळी फाजीलपणा करू नकोस.

ईश्वर : हांऽ आठवलं.

सुमन : सापडलं?

ईश्वर : अगं, माझ्यावर सूड म्हणून त्या गंमतनी तर पळवलं नसेल?

सुमन : चावटपणा करू नको रे!

(परत शोधते. शेवटी सापडतं. घाईघाईने गळ्यात घालते आणि हुश्श करीत बसते.)

सापडलं बाई एकदाचं. कसं असतं, नाही? असलं की काढताना काही वाटत नाही, पण हरवलं म्हटलं की घाबरून जायला होतं अगदी! शेवटी सगळं मानण्यावर आहे. तरी हरवलेलं नाही, बरं वाटत!

ईश्वर : काही तरी खुळचट आयडियाज् असतात तुमच्या- म्हणजे तुझ्या!

सुमन : हाँ! आम्ही खुळचट, आणि तुम्ही? जरा कुणी खेळण्यातली मोटार दिली की, लगेच डोळे मुतवताय. म्हणे, आम्ही खुळचट! हा गंमत तरी कुठं तरफडलाय, कोण जाणे? सगळी कामं राहून गेली माझी. आता तो येणार कधी नि मी स्वयंपाक करणार कधी? तरी आज रविवार आहे म्हणून बरंय. एक काम सकाळपासून झालं असेल, तर शपथ. तिकडे अंथरुणं तशीच पडलीयत, इकडे हा कालचा पसारा. बाटल्या आणि ग्लासेस, सिगारेटची थोटकं. सगळ्या घरादाराचा अ‍ॅश-ट्रे करून टाकलाय अगदी!

(वैतागून आवराआवरी करीत बोलत असते.)

अरेऽऽ अंघोळ तरी कर की ठोल्याऽ!

ईश्वर : करतो. आयलाऽ आता टॉवेल देतेस, की काढू इथं कपडे?

सुमन : टॉवेल कधीचाच ठेवलाय बाथरूममध्ये... (जाता-जाता वळून) नागडोबा मेला!

[ईश्वर 'ईश्वरासी पुजिले सुमनाने' असे गुणगुणत आत जातो, बेडरूममध्ये. ती स्वयंपाकघरात गेलेली. स्टेजवर कुणीही नाही. बेल वाजते. सुमन आतून ओरडते, 'मी कणीक भिजवतीय रेऽऽ बघ कोण आलंय ते.' कमरेला टॉवेल गुंडाळलेला ईश्वर बाहेर येत म्हणतो-]

ईश्वर : उघडतोयऽऽ बोंबलू नकोस! (दाराकडे जाताजाता) ह्या तोतऱ्याला नेमकी हीच वेळ सापडली यायला. (दार उघडतो.)

[दारातून एक अत्यंत आकर्षक, सुंदर, मादक, तंग कपडे घातलेली

बाई आत येते आणि फक्त टॉवेलमध्ये असलेल्या ईश्वरला लाडिक आविर्भावात म्हणते-]

बाई : हे हो काय सर! किती वेळ वाट पाहायची तुमची? अकराला सारसबागेत येतो म्हणालात. आता कर्ज मिळायला उशीर झाला म्हणजे? तुम्ही किनईऽ अगदी हिरमोड करता माणसाचा. सगळी क्वाईट सन्डे मॉर्निंग स्पॉइल झाली माझी. एऽ असं नाही बाई करायचं. हे हो काय असं...

[ईश्वरची बोबडी वळलेली.]

ईश्वर : अगं, पण आता इथं कशाला आलीस? सारसबागेचं फोनवर नीट ऐकू आलं नाही. बाप रेऽ मी... म्हणजे आता ती... ही... मी... टॉवेल... टॉवेल...

बाई : अय्याऽ! नवा टॉवेल घेतला सर? किती छान आहे! बॉम्बे डाइंगचा दिसतोय. हल्ली फार छान डिझाइन्स निघालीयत नाही इंडियात!

ईश्वर : इंडियात? अरे बाप रेऽऽ! टॉवेल... मी... आता आतली ती...

बाई : ती कोण सर?

ईश्वर : ती... ती कणीक...

बाई : इश्श! काही तरीच तुमचं! ह्या सीझनला कशी असतील कणसं?

ईश्वर : कणीस नाही, कणीस नाही... आत मोठी कणीक आहे, कणीक! रागावलेला गोळा!

बाई : कसली कणीक म्हणताय तुम्ही?

ईश्वर : माझ्या कर्माची! येतीय.

बाई : (टॉवेलला बोट लावत) टॉवेल किती मस्त आहे सर!

ईश्वर : असू देत ना... हात लावू नको ना! बाप रे आलीऽऽ कणीक आली!

[आतून कणकेच्या हातांनी सुमन येते. समोरचे दृश्य बघून थक्क. म्हणजे आकर्षक बाई आणि टॉवेलमध्ये ईश्वर. ईश्वर डोळे मिटून कमरेचा टॉवेल सुटू नये म्हणून हात कमरेवर घट्ट धरून उभा. दोन्ही बायका क्षणभर एकमेकींना बघतात. सुमन आनंदाने ओरडते-]

सुमन : बबेऽऽ? बबीच ना? बबी टांगसाळे!

बबी : सुमेऽऽ तू? ग्रेट!

[असे म्हणून बबी अत्यानंदाने धाड्कन उडी मारते. त्याच वेळी ठेका सुरू होतो. आणि दोघी जणी- दहा वर्षांपूर्वी व्हरायटीला जो

नाच केला असेल, तो- नाच करू लागतात. ठेका वाढतो. दोघी नाचात मग्न. ईश्वर चाट. तो लक्ष वेधून दोघींना थांबविण्याचा प्रयत्न करतो, पण यश येत नाही. अखेर तोही अर्धवट नाचत बबीला काही सांगण्याचा प्रयत्न करू लागतो.]

ईश्वर : (अर्धवट नाचत) बबेऽऽ!

बबी : काय?

ईश्वर : इथं कशाला आलीस?

बबी : (नाचत) अय्याऽऽ गंमत!

[त्याच वेळी मघाशी उघड्या राहिलेल्या दारातून प्रथम मोठ्ठे पडवळ दिसते. मग अख्खा गंमत मोठ्ठी पिशवी घेऊन आत येताना दिसतो. मघाशी बबीचे 'अय्याऽ गंमत' असे शब्द ऐकून गंमतला वाटते की, त्याला हाक मारली, म्हणून तो येता-येताच 'ओऽ आलो' असे म्हणत येतो. समोरचे दृश्य बघून त्याला फीट येण्याचीच वेळ येते. तिघे नाचतायत बघितल्यावर तोही नाचू लागतो. हातात मोठ्ठं पडवळ. मधूनच दोघींकडे बघून 'अगं ग् ग् ग् ग् अग्गग्गं' असे उद्गार काढतो.]

गंमत : ई... ईश्वररावऽ हे खरं की खो... खोटं? सुमन आणि बबी... बारा वर्षांपूर्वीचा नाच व्हरायटीचा, आज प... परत इथं... म्हणजे हे... स्वप्न की सत्य?....

ईश्वर : (नाचत) बबेऽ

बबी : काय?

ईश्वर : इथं कशाला आलीस?

बबी : अरे, गंमत!

गंमत : (नाचत) आलो!

ईश्वर : (नाचत) तुला नाही.

[नाच चालू. आता गंमतच्या हातातला पडवळ ईश्वरच्या मधे-मधे येऊ लागतो.]

ईश्वर : बबे!

बबी : काय?

ईश्वर : इथं कशाला आलीस?

बबी : अरे, गंमत!

गंमत : क... काय?

ईश्वर : तुला नाही रेऽऽ ते पडवळ आधी मागे घे!

गंमत : घे... घेतलं!

ईश्वर : बबे!

बबी : काय?

ईश्वर : इथं कशाला आलीस?

बबी : अरे, गंमत!

गंमत : काय?

ईश्वर : तुला नाही. आयलाऽ ते पडवळ मागे घे, लागतंय ना मला! बबेऽ

बबी : काय?

ईश्वर : इथं कशाला आलीस?

बबी : अरे, जरा गंमत.

ईश्वर : आयलाऽऽ तुझं पडवळ... (पडवळाचे रागाने तुकडे करतो.)
[इकडे बबी आणि सुमन नाचत आहेत. त्यांच्यावर प्रकाश पडतो. ईश्वर, गंमत अंधारात. बबी आणि सुमन नाचणे थांबवून आता गप्पा मारायला लागतात.]

सुमन : किती वर्षांनी भेटलीयस बबे!

बबे : हो ना! पण तू इथे कशी?

सुमन : इथे म्हणजे?

बबी : ह्या सरांच्या घरात...

सुमन : सर कोण बबे?

बबी : अगं, ते टॉवेलमध्ये नाचले, ते.

सुमन : गधडेऽऽ अगं, तो माझा नवरा!

बेबी : अय्याऽ नवरा! हाऊ स्वीट! मला वाटलं, तुला पण कर्ज पाहिजे की काय? छान आहे गं टॉवेल. कुठून आणलास?

सुमन : एऽ माझ्या नवऱ्याशी चावटपणा करू नकोस हंऽऽ सांगत्ये! आणि तू इथं कशी?

बबी : अगं, माझ्या नवऱ्याला तुझा नवरा कर्ज मिळवून देणार आहे. स्टेट्सला होतो ना आम्ही. छोटी इंडस्ट्री काढायचीय, त्यासाठी हे कर्ज. मी पडले मध्यस्थ.

सुमन : म्हणून माझ्या नवऱ्याला 'सर, सर' म्हणती आहेस वाटतं?

बबी : म्हणून नाही गं! अगं, बी. ए.ला मला त्यांची खासगी ट्युशन ठेवली होती पपांनी– इकॉनॉमिक्सची! मग मला श्रीकांत सहस्रबुद्धे भेटला, म्हणून त्याच्याशी लग्न केलं आणि स्टेट्सला गेले. मुलं कुठे दिसत नाहीत ती...? [शांतता.]

सुमन : काय म्हणालीस?

बबी : अगं, पोरं किती तुला?

सुमन : तुला किती?

बबी : दोन. मोठा अमिताभ सहा वर्षांचा आणि धाकटी सायली. तिसरं लागेल तिला पुढल्या महिन्यात. अगं, आश्चर्य म्हणजे अगदी दोन्ही डिलिव्हरीज नॉर्मल. फोरसेप्ससुद्धा लावावे लागले नाहीत!

सुमन : (तंद्रीत) अमिताभ आणि सायली... छान आहेत नावं.

बबी : तुझी खेळायला गेली असतील ना? असंच करतात. दिवसभर उच्छाद आणतात अगदी! परवा तर अमिताभनं तेलाची बाटली श्रीकांतच्या टकलावर पालथी केली!

सुमन : नाही. आमच्याकडे तसा प्रश्नच नाही... काही इश्यू नाही अजून....

बबी : अगं, नाही तर नाही. अजून काही वयं नाही गेलीत तुमची. किती वर्षांनी नाचलो नाही आपण! परवा बेबीताईंकडे जाऊन आले.

सुमन : छान शिकवायच्या नाच. थकल्या असतील नाही आता?

बबी : छे! दुप्पट उत्साह आहे अजून.

सुमन : तुम्ही सारसबागेत काय गं करणार होतात भेटून?

बबी : अगं, चर्चा. कर्जाची. बँकेत निवांत बोलणी होत नाहीत. आणि मला काय माहीत, तू सरांशी लग्न केलंस ते? सरही असे लबाड, बोलले नाहीत मला. नाही तर तुलापण बोलावलं असतं. इतकं छान प्रपोजल केलंय त्यांनी.

सुमन : कसलं?

बबी : कर्जाचं गं! काय सुरेख दिसतोय, नाही?
[अंधुक प्रकाशात गंमत आणि ईश्वर नाचतच असतात.]

सुमन : कोण?

बबी : टॉवेल सरांचा. किती छान निवड आहे तुझी. नाही तर श्रीकांत. एवढा अमेरिकेत राहिला तरी मेल्याला पंचा लागतो, पंचा! इतके प्रयत्न केले, पण कमरेचा पंचा कधी सुटला नाही. वर टक्कल आणि

कमरेला पंचा. ध्यान दिसतो अगदी! आणि तो कोण नाचतोय पडवळ घेऊन?

सुमन : अगं, तो गंमत. कविता करतो. आपल्याच वर्गात आहे म्हणत होता... तोतरा आहे, पण स्वभावानं गरीब आहे अगदी.

बबी : (आठवत) कविता करतो आणि तोतरं बोलतो? मग तोच तो!

सुमन : कोण?

बबी : अगं, अमेरिकेत सारखी चावट पत्रं लिहायचा. कसल्या वह्या विसरल्या आहेत आणि त्या म्हणे माझ्याच आहेत. तेव्हा अमेरिकेचं विमानाचं तिकीट पाठवा, म्हणजे स्वतः घेऊन येता येतील.

सुमन : अग्गोऽ बाई! खरं की काय? अगं, माझ्याकडे पण वह्याच घेऊन आलाय. अकरा वर्षं थांबलो म्हणाला.

बबी : कॅनॉलमध्ये औषध मारलं, त्या वर्षी होता म्हणे फर्ग्युसनला. आणि हाताला काय झालंय तुझ्या?

सुमन : इश्श! काय वेंधळी मी. कणीक भिजवायची तशीच राहिली. आलेच हं –

[सुमन आत जाते. बबी त्या दोघांकडे निरखून बघते. आता तिच्यावरचा प्रकाश अंधुक होतो आणि ईश्वर–गंमतवरचा प्रकाश प्रखर होतो.]

ईश्वर : गंमत, बास झालं. आता मी तुझ्या कविता ऐकणार नाही.

गंमत : शे...शेवटचीच म्ह... म्हणतो ईश्वरराव. स... सकाळीच झाली!

ईश्वर : काय झाली? बरं झालं, पोट अगदी साफ झालं.

गंमत : ना... नाही... कविता झाली म्ह... म्हणजे मंडईत सुमनच्या आ... आवडीचं पडवळ घेतलं. म्हटलं... भा... भाग्याचा दिवस. ग... गणेशाचं दर्शन घ्यावं... मग स... सारसबागेत गेलो तो... थ... थ... थक्क. स... समोर उभी... ब... बबी! हिरव्या क... कच्च हिरवळीवर. वा... वाट पाहत होती. म... ग... क... विताच झाली. ध... धरा...

ईश्वर : काय धरा? (टॉवेल घट्ट करीत)

गंमत : अ... अहोऽ ठेका ध... धरा.

ईश्वर : कसा?

गंमत : म्ह... म्हणायचं– टिंग... टिंग... टिंग.

ईश्वर : काय चेष्टा करताय गंमतराव, टिंग-टिंग काय?

गंमत : मी... खू... खूण केली की ध... धरा ठेका... हं... सु... सुरू...

ईश्वर : टिंग... टिंगऽ

गंमत : आता... नाही... मी... ब... बघून खू... खूण केली... मग.

ईश्वर : खूण केली की मग धरायचा?

गंमत : हं! आ... आरसपानी सारसबाग.
(खूण करतो.) ध... धरा.

ईश्वर : टिंग टिंग.

गंमत : आरसपानी सारसबाग.

ईश्वर : टिंग टिंग.

गंमत : काळाचे मज नव्हते भान.

ईश्वर : टिंग टिंग.

गंमत : आरसपानी सारसबाग
काळाचे मज नव्हते भान
गणेशाचे अथर्वशीर्ष
प्रवचन चाले अपरंपार

ईश्वर : टिंग टिंग.

गंमत : काळाचे मज नव्हते भान
आरसपानी सारसबाग
सोनालीची गुरगुर गुरगुर
गजराणी ही डौलदार
पेशवे पार्कची मस्त कमाल

ईश्वर : टिंग टिंग.

गंमत : काळाचे मज नव्हते भान
आरसपानी सारसबाग
सारसबागी हिरवळ छान
ह्याच हरित तृणांकुरावर
अवचित आले चार बगळे
संकोचुनी अचानक वदले
सरकुनी घ्या बबी टांगसाळे

ईश्वर : टिंग टिंग.

गंमत : काळाचे मज नव्हते भान
आरसपानी सारसबाग
ब बा बि बी बु बू बै
बाराखडी अशी चाले छान
बबी मज दिसे अपरंपार
आरसपानी सारसबाग
[स्टेज उजळते. बबीचे लाडिक बोलणे चालूच होते.]

बबी : तुम्ही पण होतात सारसबागेत?

ईश्वर : मी.... माझी... अंघोळ.... (आत जातो.)

गंमत : आ... आम्ही बघितलं तुम्हाला... तू... गणेशाच्या दर्शनाला गे.... गेलो प.... पण तूच दिसलीस.

बबी : हे काय आणलंय पिशवीत?

गंमत : शुऽऽ क्! हा.... हा... म... म... महत्त्वाचा पु... पुरावा आहे.

बबी : कसला पुरावा?

गंमत : ड.... डास

बबी : तुमच्याकडे झालेत?

गंमत : न... नाही... आ.... आपण चौघे आ.... आज ए... एकत्र आलो त्याला का.... कारण फर्ग्युसनच्या कॅनॉल म... मधले डास! त्या... त्यावर आ... आपण फ... फवारा मारला म्हणूनच आज आपली.... आठवणीची गुणगुण चा.... चालू आहे. त्या.... त्या वेळची मी... जपून... ठे... ठेवलेली आठवण म्ह... म्हणजे हा... डी.डी.टी.चा पं... पंप.
(पिशवीतून पंप बाहेर काढतो.)

बबी : अय्याऽऽ हाऊ रोमॅन्टिक! तो पंप अजून तुम्ही जपून ठेवलाय?

गंमत : हो... पण... अहो... जाहो... नाही... म्ह... म्हणायचं हं! आ... आम्हाला नाही आवडत. आता... आ... आपण गंमत करू. जा... जा... पळा.

बबी : पण कुठे?

गंमत : ब.... ब... बादली घेऊन या!

बबी : बादली कशाला?

गंमत : त्या... त्यात आपण गुलाबपाणी करू आणि... त्या गुलाबपाण्याच्या

तुषारांखाली... चि... चिंब भिजून जाऊ.

बबी : ग्रेट! आता आणते बादली.(बेडरूममध्ये जाते.)
[गंमत नळी वगैरे काढून ठेवतो. तोच बबी बादली घेऊन येते. गंमत त्यात गुलाबपाण्याची बाटली ओततो. गंमत गुणगुणत असतो.]

गंमत : डास नको हा पंप मारा
आठवणींची गुणगुण चाले
गतस्मृतींच्या त्या दिवसांची
आज कशी बघ पखाल खोले
[दोघे जण हाका मारतात.]

बबी : ईऽऽ श्वरऽ

गंमत : सुऽऽ मनऽ
[ह्या लाडिक हाका ऐकून दोघे जण येतात. बबी आणि गंमत, सुमन आणि ईश्वरवर गुलाबपाण्याचे तुषार मारतात. फक्त दोघांवर प्रकाश. मधून-मधून तुषार येतात.]

सुमन : (भिजत) किती छान वाटतं, नाही!

ईश्वर : हो ना. न्हाव्याकडे दाढी केल्यासारखं वाटतं. मला आधी कळलं असतं, तर अंघोळ तरी केली नसती. तरी मला वाटलंच हं....

सुमन : काय वाटलं?

ईश्वर : (लाजत) मघाशी मी अंघोळ करत होतो, तेव्हा बाथरूमच्या दारावर टकटक झाली. मला वाटलं, तूच आलीस - सवयीनं साबण लावायला. म्हणून बाथरूमचं दार उघडलं, तर समोर बबी उभी!

सुमन : बाथरूममध्ये गेली तिची मजल, टवळीची? तुमची अगदी जलक्रीडा झाली असेल!

ईश्वर : बादली द्या म्हणाली. म्हणून दिली, तर लाजून म्हणते कशी, 'आहात तस्से आहात सर!'

सुमन : म्हणजे? चांगल्या शिकवण्या झाल्यात तुमच्या! बघते तुमच्याकडे. गेली कुठे भोसडी- (म्हणून पदर बांधून उठते.)
[स्टेज उजळते, तो स्टेजवर कुणी नाही. पंप, गंमत, बबी- सगळे अदृश्य. फक्त ईश्वर आणि सुमन स्टेजवर.]

सुमन : गेली कुठे सटवी?
(असे म्हणत दोघे घरभर त्यांना शोधतात. पण कुणी सापडत नाही.)

ईश्वर : काय गं, कुठे गेले? आता इथे पंप मारीत होते. तू तरी बघितले असशील– बबी आणि गंमत! म्हणजे नक्की आले होते ना गं? आणि सगळाच गोंधळ उडायचा! पण काही सांगता येत नाही हं! काही वेळा अगं हीच संशयपिशाचं खरी होऊन घट्ट मानगुटी बसतात आणि मॅरेज सर्टिफिकेट पळवून नेऊन घटस्फोटाची वेळ आणतात!

सुमन : हो ना! आपलं मॅरेज सर्टिफिकेट पण जात होतं, पण थोडक्यात वाचलं!

ईश्वर : अगं, पण ही मंडळी आली, ते बरं झालं. कारण अगं... वेळ बरा गेला. नाही तर कोण येणार आपल्याकडे? ....तर, असा शनिवारी संध्याकाळी सुरू झालेला प्रकार रविवारी दुपारी चारला संपतोय... चला, आता काय करायचं?

सुमन : आता जेवण.

ईश्वर : मग झोप. आज रविवार आहे म्हणजे टी.व्ही.वर सिनेमा असणार, तो बघायचा.

सुमन : (वेडावत) होऽ तो बघायचा. बघता बघता बारीक दारूकाम करायचं की...

ईश्वर : रविवार गेला! मग सोमवारी माझी बँक आणि तुझं वाचन चालू!!
[सुमन आत जाते.]

ईश्वर : चला सुमनबाई, गेले पाहुणे! फार खोलात विचार करू नका. ह्यातलं नेमकं खरं आणि खोटं कधीच कळणार नाही. खऱ्या-खोट्याची ही सीमा अशीच धूसर राहणार आणि आपलं लग्न टिकवायचं असेल, तर ही रेषा अशीच धूसर राहावी. कायम तळ्यात की मळ्यात खेळ चालूच! चला, बे एके बे चा पाढा सुरू करा. तू पोळ्या लाट, मी भाजतो. मी घास देतो, तू हळूच बोट चाव– अशी नेहमीची घासाघिशी सुरू. तू आणि मी! मी आणि तू!
[सुमन येते. तिच्या हातात एक पुडके.]

सुमन : हे काय आहे रे? क्रोकरीच्या कपाटाखाली दिसलं मला. ग्लास काढत होते मी.
[ईश्वर पुडके बघतो.]

ईश्वर : आजच सापडलं तुला? मी लपवून ठेवलं होतं.

सुमन : काय आहे त्यात?

ईश्वर : त्यात... त्यात ना... खेळण्यातली एक मोटार आहे. तीच, शिट्टी वाजली की वळते अशी... अशी... मी तुला सांगितलं की, मी हे खेळणं बँकेत शिपायाला दिलं. म्हणजे देणार होतो, पण वाटलं की... आपल्याला झालं उद्या... गेले... तुला... दिवस, तर... म्हणजे आ... आपलं वय कुठं फार नाही... अं...

सुमन : वेडा आहेस. जे शक्य नाही ते... आधी तरी नाही सांगायचंस? अमिताभला तरी दिलं असतं.

ईश्वर : कोणाला?

सुमन : बबीचा मुलगा. सहा वर्षांचा. गुंड आहे म्हणत होती. धाकटी मुलगी तिनाची होईल.

ईश्वर : म्हणजे आहेत, बबीला मुलं आहेत! कधी दिसली बबी, तर तिला सांग हं... मोटार द्यायची राहून गेली म्हणावं... तेवढी कधी तरी घेऊन...

[रडवेली सुमन, अस्वस्थ ईश्वर. हातात खेळण्यातली मोटार. तोच टी. व्ही.ची सिग्नल ट्यून सुरू होते आणि पडदा पडतो.]

* 9 7 8 8 1 9 5 6 6 8 8 0 9 *

FCW - #0264 - 061026 - C0 - 216/140/4 - PB - 9788195668809 - Matt Lamination